நதிமேல் தனித்தலையும் சிறுபுள்

தேவகாந்தன்

நற்றிணை பதிப்பகம்

நதிமேல் தனித்தலையும் சிறுபுள் * நாவல் * தேவகாந்தன் * © தேவகாந்தன் * முதல் பதிப்பு: ஜனவரி 2019 * வெளியீடு: நற்றிணை பதிப்பகம் (பி) லிமிடெட் * பிளாட் எண்: 45, சாய் கவின்ஸ் குமரன் அபார்ட்மெண்ட்ஸ், ஸ்ரீ தேவி கருமாரியம்மன் நகர், கிருஷ்ணா நகர் பிரதான சாலை, நூம்பல், ஐயப்பன் தாங்கல், சென்னை – 600077.

விற்பனை அலுவலகம்:
எண். 89, ராஹத் பிளாசா,
72, ஆற்காடு சாலை, வடபழனி,
சென்னை – 600 026.

* தொலைபேசி : +91 94861 77208
* மின்னஞ்சல் : natrinaipathippagam@gmail.com

* அச்சாக்கம் : சாய் தென்றல் பிரிண்டர்ஸ், சென்னை - 600005
* Mobile : +91 95005 98012, 94429 56725
* மின்னஞ்சல் : saithendralprinters@gmail.com

* இணையம் மூலம் புத்தகம் வாங்க : www.natrinai.in

தேவகாந்தன்

இலங்கை வடமாகாணம் சாவகச்சேரியில் 1947இல் பிறந்த தேவகாந்தன், டிறிபேர்க் கல்லூரியில் தனது பல்கலைக்கழக புகுமுக கல்வியைப் பூர்த்தி செய்தபின், 'ஈழநாடு' தேசிய நாளிதழ் ஆசிரியர் குழுவில் இணைந்து 1968–1974வரை கடமையாற்றினார். 1983 இன் இனக்கலவரம் தூக்கியெறிந்த பல்லாயிரவரில் ஒருவராய் இவர் 1984இல் புகல்கொண்ட இடம் தமிழ்நாடு. அங்கே 'இலக்கு' சிறுபத்திரிகையாளனாக 1994, 95, 96களில் நன்கறியப்பட்ட தேவகாந்தன், கன்னத்தில் முத்தமிட்டால், In the Name of Buddha ஆகிய திரைப்படங்களில் கடமையாற்றி தன் அனுபவங்களையும் விசாலித்துக் கொண்டார். ஐந்து பாகங்கள் கொண்ட 'கனவுச்சிறை' மகாநாவலின் வரவு பரந்த தமிழுலகிற்கும் இவரை அறிமுகப் படுத்திற்று. இவரது எட்டு நாவல்கள், மூன்று சிறுகதைத் தொகுப்புகள், இரண்டு குறுநாவல்தொகுப்புகள் இதுவரை வெளிவந்துள்ளன. தமிழ்நாடு தமிழ் வளர்ச்சித்துறை நாவல் பரிசு (1998), திருப்பூர் தமிழ்ச்சங்கச் சிறுகதைப் பரிசு (1996), லில்லி தேவசிகாமணி சிறுகதைப் பரிசு (1996), கனடா இலக்கியத் தோட்ட நாவல் பரிசு (2014) உட்பட கனடா தமிழர் தகவல் இலக்கிய விருதினையும் 2013இல் பெற்றிருக் கிறார்.

தற்பொழுது மனைவி, இரண்டு மகள்களுடன் கனடா ரொறன்ரோவில் வசித்து வருகிறார்.

என்னுரை

என்னுடையவற்றில் ஆகக் குறைந்த பக்கங்களைக் கொண்ட இந்த ‘நதிமேல் தனித்தலையும் சிறுபுள்’ நாவலுக்கும் வழமையான பக்கங்களில் நீள என்னுரைக்கான விஷயங்கள் என்னிடத்தில் துளிர்த்துக்கொண்டுதான் இருக்கின்றன. இருந்தும் வேறு களமும் குணமும் பாத்திரங்களும்கொண்ட இந்நாவலுக்கான என்னுரையை குறுவடிவில் அமைத்துவிடுவதே என் தீர்மானம். குறுமுனிபோல் தன் பெருவிகாசம் அடக்கியே இந்நாவலும் தன்னுள் சுருங்கிச் சுருங்கி இந்த வடிவத்தை இறுதியாக எடுத்திருப்பதில் இந்த முடிவு பொருத்தமானதுதான்.

மூதினங்கள் பலவற்றின் ஐதீகங்களிலும் உள்ளோடியுள்ள ஆன்மீக ஒருமையே இந்நாவலின் ஆதாரமாய் நான் கருதுகிறேன். நைல் அராஸ் தைகிரிஸ் நதிதீர இனக் குழுமங்களினதைப் போலவே, நீர்வளமேயற்ற இலங்கை வடபகுதியிலுள்ள தமிழ்க் குமுகாயத்தின் ஐதீகங்களும் ரத்தமும் சோகமுமான நீள் வரலாறுகொண்ட கனடாவின் செந்நதிதீரத்தில் கொள்ளும் உறவு தமிழ் நாவல் பரப்பின் புதிய பிரதேசம்.

சிவப்பிரகாசமும் மங்களநாயகியும் வின்ஸியும் ஒரே சமூகத்தினதும் கலாசாரத்தினதும் பிரதிநிதிகள்தான். ஆயினும் புத்துலகின் இறுகும் கண்ணிகளிடையே ஒரு புள்ளியில் எவ்வாறு அவர்கள் இணங்கியும் பிணங்கியும் சேர்ந்தும் பிரிந்தும் மகிழ்ந்தும் துயருற்றுமான நொருங்கிய மனநிலைகளுக்கு உள்ளாகிறார்கள் என்பதையே நாவலின் மய்யம் உணர்த்துகிறது. இத்துடன் ஒப்புநோக்குகையில் வெவ்வேறு கலாசார பின்னணிகொண்ட சிவப்பிரகாசமும் கிநாரியும் கொள்ளும் உறவுச்

சிக்கல்கள் பெரிய அதிர்ச்சியைத் தருவதில்லை. ஆனால் அவற்றின் மூலமாக மனித உறவின் விழுமியங்களே இருப்பது பேரதிசயமாக நாவலில் விரிகின்றது.

புலப்பெயர்வின் சோகம் பெருமளவு கரைந்தாயிற்று. இன்றைய புதிய உலகச் சூழ்நிலையில் ஒவ்வொரு புலம்பெயர் சமூகமும் கொள்ளும் புதிய பிரச்னைகள் படைப்புலகின் பேசுபொருளாயிருக் கின்றன. ஆங்கில புலம்பெயர் நாவல் இலக்கியத்தில் இவை ஏற்கனவே பேசப்பட்ட பொருள். தமிழ் இப்போதுதான் இப்புதிய பிரதேசத்தைச் சென்றடைந்திருக்கிறது. ஆனாலும் தமிழினத்தின் ஆயிரமாயிரமாண்டுக் கலாசார பின்னணியில் இவைகொள்ளும் நேர்மறையானதும் எதிர்மறையானதுமான சங்காத்தங்கள் துல்லியமான பிரிகோடுடையவை. மேற்குலகும் கீழ்த்திசையும் வெகு கவனம் கொண்டிருக்கிற விமர்சனப் பக்கமிது. ‘நதிமேல் தனித்தலையும் சிறுபுள்’ இவற்றை ஒரு ஒழுங்கிலும் சமகால வரலாற்றிலும் வைத்து புரிய முயல்கிறது. இப் புரிதல் இச்சமூகங்களது இருத்தலின் தன்மையை இனிவரும் காலங்களில் தீர்மானிக்கப்போகின்ற அளவு முதன்மை கொண்டிருக்கிறது. கலையை முதன்மைப்படுத்தினாலும் இதைப் பேசுகிற அக்கறையை இப்படைப்பு தன் அறமாகக் கொண்டிருக்கிறது.

வெகு நேர்த்தியிலும் விரைவிலும் இந்நாவலின் வெளியீட்டினைச் சாத்தியமாக்கிய ‘நற்றிணை’ யுகனுக்கும் அலுவலக அச்சக நண்பர்களுக்கும் என் அன்பும் நன்றியும் என்றும் உரித்து. இந் நாவலின் கரு விளையக் காரணமாயிருந்த நண்பர் திலீப்குமாருக்கு என்றென்றும் என் நன்றி.

அன்புடன்,

தேவகாந்தன்

டிசம்பர் 2018

I

1

செந்நதி நீளத்துக்கும் கிடந்த அல்பேர் கிறசென்ரின் 18ஆம் எண் வீட்டு மாடியில் அதன் அகன்ற ஜன்னல் கண்ணாடிகளுக்குள் ளாக திடீரென்று அன்றைக்கு வெளிச்சம் தெரிந்தது. அவ்வாறு அங்கே வெளிச்சம் தெரிந்த காலம் சுமார் இரண்டு வருஷங்கள் ஆகியிருந்ததில் அயல் அதை அதிசயத்தோடு கண்டிருந்தது.

வெளிச்சம் எப்போதும் மகிழ்ச்சியினதோ பரவசத்தினதோ அடை யாளமாகிறது. இருள் உறைந்து இறுகுவதும், வெளிச்சம் விரிந்து படர்வதுமான அம்சங்களைக் கொண்டவை. புணர்வுக் காலங்களில் அடக்கிவிடப்பட்ட வெளிச்சமே ஒரு வீறுகொண்டு துடித்தபடியிருக் கும். ஆனால் அந்த தனித்த மனிதர் வீட்டில் கட்டவிழ்த்த வெளிச்சம் கூட ஒரு சோகத்தில் அமுங்கிக் கிடப்பதுபோல் தோன்றியது.

உச்சவியக்க மூச்சின் இழைவுகள் எங்கெங்கோ இரவின் நிசப்தத்தைக் கிழித்தெழுகின்றன. பெருமூச்சுக்கள் எழும் வீடுகள் அவற்றிலிருந்து வித்தியாசமானவை. அவை இருளடைந்திருப்பவை. தாபங்களையும் அவலங்களையும் அடக்கிவைத்து உள்ளுள்ளாய் நெளியவும் தகிக்கவும் அலறவும் அவை செய்கின்றன.

18ஆம் எண் வீட்டிலிருந்து அப்போது எழுந்த மூச்சுகள் ஆழ்ந்து மட்டுமில்லை, இழப்பினதும் ஏமாற்றத்தினதும் தோல்வியினதும் காங்கை கொண்டிருந்தன. செந்நதி தழுவியெழுந்து வீசிய காற்றிலும் அவை சாந்தம் கொண்டுவிடவில்லை.

நான்கு வருஷங்களுக்கு முன்னால் ஒரு சின்ன ட்றக்கில் நிறைந்த வீட்டுத் தளபாடங்களும் புத்தகக் கட்டுகளுமாய் அந்த வீட்டில் சிவப்பிரகாசம் குடியிருக்க வந்தார்.

வந்த மறுநாளிலிருந்து வேலைக்குச் சென்றார், கடைகளுக்குப் போனார், நூலகம் சென்று புத்தகங்கள் எடுத்துவந்து எல்லாம்

இயல்பாகச் செய்துகொண்டிருந்தார். இருந்தாலும் அவற்றைத் தாண்டிய பூடமொன்றும் அவரில் இருந்திருந்தது. இறக்கி வைக்க முடியாச் சுமையொன்றை எப்போதும் சுமந்திருப்பவர்போல் அவரது முகமும் தோற்றமும் வலி கொண்டிருந்தன. அது ஏனென அந்தப் புதிய அயலின் எந்தக் குடியிருப்பாளரும் அறிந்திருக்கவில்லை. அந்த மனிதர்கள் மத்தியில், அவர் அங்கே வந்த சில நாட்களிலேயே பழக்கத்தை ஏற்படுத்திக்கொண்டவள் கிநாரியாக இருந்தாள்.

நாளடைவில் இருவரதும் வாசிப்புப் பழக்கம் அந்தத் தொடர்பை மேலும் வலுவானதாக ஆக்கியது. இருவரும் கூடிக்கூடிப் பேசினார்கள். செந்நதியோரமெங்கும் சேர்ந்து திரிந்தார்கள். காலம் நகர்ந்து கொண்டிருந்தது. திடீரென ஒருநாள் சிவப்பிரகாசம் அந்த வீட்டிலிருந்து காணாமல் போயிருந்தார். கிநாரி திகைத்தாள். ஆனால் அவளுமே அவர் அவ்வாறு இல்லாது போன காரணத்தை அறியாதிருந்தாள்.

அவ்வாறு இரண்டு வருஷங்கள் காணாமல் போயிருந்தவர்தான் அன்றைக்கு மறுபடியும் அங்கே வந்து தோன்றியிருக்கிறார். பாவி மனிதர், அந்த இடைக்காலத்தில் அடைந்திருந்தது மாற்றமாகக்கூட இருக்கவில்லை, ஒரு மனிதன் அடையக்கூடிய ஆகக்கூடுதலான கேவலமாகத் தெரிந்தது.

அந்தளவு கேவலத்துக்கான காரணங்களின் ஞாபக மீட்புகளோ அந்த மனிதரின் நெடுமூச்சுகளாகின்றன.

மனிதர் அப்போது மேசை லைற்றை எரியவிட்டிருந்தார். அவரது நடையில் கண்ணாடிமேல் விழுந்த நிழல் அசைந்துகொண்டிருந்தது.

மார்ச் மாதத்தின் இரண்டாம் வாரம் முடியவிருந்தது. நள்ளிரவு தாண்டிய நேரம். இரவின் நிசப்தத்தை செந்நதியின் சளசளப்பு குலைத்துக்கொண்டிருந்தது.

நதிக்கரை மரங்களில் பல்வேறு நாடுகளிலும் கண்டங்களிலுமிருந்து வந்த நானாவித பறவைகளின் கலகலப்பு கேட்டது. வசந்தம் அப்படித்தான் இசைக்கத் துவங்குகிறது. அண்மைக் காலமாய் தெற்கேயிருந்து மொட்டைக் கழுகு எனப்படும் ஒருவகைப் பறவைக் கூட்டமொன்று அந்தப் பகுதியில் வந்து கிரீச்சிட்டு அட்டகாசம் செய்துகொண்டிருந்தது. அது தூங்கியிருந்த அயலின் செவிகளில் விழுந்திருக்கவில்லை.

பூமி விடிந்துகொண்டிருந்தது.

எட்டு மணிக்கு சிறிது மேலாயிருந்த ஒருபொழுதில் வெளியே வந்த சிவப்பிரகாசம் வீட்டுக் கதவைப் பூட்டிக்கொண்டு வீதியில் இறங்கினார்.

பனிக் காலத்தின் உறைவு தளர்ந்துகொண்டிருந்தது. பெரும் பனிப்பொழிவின் சாத்தியமின்மையை வானிலை அறிவிப்பு தெரிவித்திருந்தது. இன்னும் சில நாட்களில் வசந்தம் பிறந்துவிடும். ஆயினும் அதன் கொடி அப்போதே ஏறியிருந்தது.

நதிக்கரையிலிருந்த மரங்களின் துளிர்த்த கிளைகளில் கிளுகிளுத்துக் கொண்டிருந்த பறவைகள் நாளின் அலைவுக்காய் போய்விட்டிருந்தன. மனிதர்கள் சிலர் கால்நடையில் விரைவாய் மெதுவாயென பல கதிகளில் வீதியில் சென்றுகொண்டிருந்தார்கள். விரைவு வாகனங்களி லேறி வீதியில் பறந்துகொண்டிருந்தது. அது நாளியக்கம் ஆரம்பமாகி விட்டதன் அடையாளம். நாள் முழுவதும் இயங்கிக்கொண்டே இருக்க சபிக்கப்பட்ட பூபாகம் இது.

நதியின் குறுக்கே பாதசாரிகளுக்கான மரப்பாலமொன்று போடப் பட்டிருந்தது. அல்பேர் கிறசென்ற் வளைத்துச்சென்ற குடியிருப்புக்கு எதிர்ப்புறத்தில் ஒரு கடைத் தொகுதி. அதில் ஒரு பெரிய இடத்தை அளாவியிருந்த ரிம்ஹோர்டன் சென்ற சிவப்பிரகாசம் சிறிதுநேரத்தில் ஒரு காஃபியுடன் திரும்பினார். நதிக்குச் சமாந்தரமாய் ஓடிய நடை பாதையில் இறங்கி காலைக் குளிரின் பிரக்ஞையுமின்றி தெற்குநோக்கி நடந்தார்.

தெருவின் இரு புறங்களிலும் எப்போதும் இலை நிறைந்து பச்சை யாகவிருக்கும் வில்லோ, சாடினா, மேப்பிள் மரங்கள் வரிசையில் நிறைந்திருந்தன. மார்க்கம் நகரை அழகுபடுத்தும் திட்டத்தில் புதிதாகப் போடப்பட்ட நடைபாதை அது. காலாற நடப்போர் அமர ஆங்காங்கே பிளாஸ்ரிக் இருக்கைகள் சீமெந்துத் திண்டுகளில் இருந்து கொண்டிருந்தன. புல்கள் தலைநீட்டி மரண காலத்தை வென்றுவந்த கர்வத்தில் பசுமை நிறைத்து நிலத்தில் விரிந்து கிடந்தன. அவற்றிடையே ஒரு சில டாடினல்ஸ் செடிகள் தம் மஞ்சள் பூக்களை ஓர் அவசரத்தில் போல் சாணுயரத்தில் மலர்த்திநின்று காற்றில் அசைந்து கொண்டிருந்தன.

பறவைகளின் எச்சம் விழுந்திராத ஒரு இருக்கையில் சென்று மெல்ல அமர்ந்தார் சிவப்பிரகாசம்.

நதிக் குழியில் மெல்ல ஜலதரங்கம் எழுந்துகொண்டிருந்தது.

காலமறிந்த கோடி கோடிக் கதைகளில் அவரது ஒன்று. மனிதர் களின் கதைகளை அசூயைக் கதை, அம்பாயக் கதை, பசிக் கதை, காமக் கதையென அது நான்காக வகுத்து வைத்திருக்கிறது. பின் பசிக் கதை, காமக் கதையென அவற்றை இரண்டாகச் சுருக்கிவிட்டிருக் கிறது. அடக்கப்படாப் பசியும், அடக்கப்பட்ட காமமுமே உலகின் பெரும்பெரும் புரட்சிகளுக்குக் காரணமாய் இருந்திருக்கின்றன. இந்த இரண்டுக்குள் அந்த நான்குவகையான கோடி கோடிக்

கதைகளும் அடங்கியே விடுகின்றன. இவற்றுள் அவரது கதை எதுவாகவிருந்தது.

அதற்கு கடந்த காலத்தின் பத்து பதினைந்து வருஷங்களை யாவது அவர் பரிசேதனப்படுத்த வேண்டும்.

2

தனிமையானது ஒருவரை வாட்டுகிறதெனில், துணையிருந்தும் தனிமை விதியாகியவரை அது வறுத்தெடுத்து விடுகிறது. நடுத்தர வயதை அடைந்திருந்த சிவப்பிரகாசத்துக்கு அந்தளவு தனிமையேக்கம் அதீதமானது. ஆயினும் மனிதர்கள் கொள்ளாத எல்லை சென்றதல்ல அது. அவர்போலவேதான் பலபல பேர் விரிந்த வெளியும், அடர்ந்த மரக்கூடலுமென அன்றைய இரவை களைப்பாலாயினும் தூங்கிக் கழிக்கும் உபாயத்துடன் அங்கே அலைந்திருக்கிறார்கள். சிவப்பிரகாசத் திற்கும் எண்ணம் அதுவாகவே இருந்ததுபோலும். மரக்கூடலுள் மறைந்தோடிய செந்நதியின் கரையில் அந்த 1989இன் மாலையில் வேகவேகமாக நடந்துகொண்டிருந்தார்.

யோர்க், அதனைத் தொடர்ந்து வரும் மார்க்கம் பகுதிகள் மட்டுமல்ல ஸ்கார்பரோகூட புல்வெளிகளும், மரச் செறிவுகளும் நிறைந்த பிரதேசம்தான். அப்போது அவர் ஸ்கார்பரோ நகரில் வடக்கு தெற்காய் கிடந்த பிரிம்லி வீதியை எல்ஸ்மேர் வீதி குறுக்காய் வெட்டுமிடத்தின் நகரவீட்டுக் குடியமைப்பு திட்டப் பகுதியிலுள்ள அவரது மனைவியின் சின்னம்மா மகள் சரோஜா வீட்டில் தங்கி யிருந்தார்.

பெரும்பாலான மாலைகளில் தன் உருவத்திற்குப் பெரிதான யாரினதோ குளிர் கோட்டும், கம்பளிச் சட்டையும் அணிந்து கொண்டு வேலை முடிந்து வந்த சிவப்பிரசாசம் அவ்வாறுதான் வெளியிலே சென்றுகொண்டிருந்தார். கனடா வந்து சுமார் மூன்று மாதங்களில் அவருக்கு ஒரு பெரிய நிறுவனத்தில் ஏஜன்ஸி மூலமாக வேலை கிடைத்திருந்தது. வேலை கிடைத்ததில் திருப்தி கொண்டிருந் தாலும், சிவப்பிரகாசத்துக்கென்னவோ அந்த வேலை அவ்வளவு உவப்பானதாக இருக்கவில்லை.

அவர் இலங்கை துறைமுகக் கூட்டுத்தாபனத்தில் கணக்காளராய் வேலைபார்த்தவர். பலரும் நாடு நீங்கி வெளிநாடு ஓடிக் கொண் டிருக்கையில் பென்சன் காலம்வரை நாட்டிலேயே இருந்து வேலையைத் தொடர்வதுதான் அவரது உத்தேசமாகவிருந்தது. ஆனால் கனடாவிலிருந்து சரோஜா செய்த உபதேசங்களில் வசீகரமாகி அவரது மனைவி மங்களநாயகி பிரயோகித்த பிடர் தந்திரத்தில் அவருக்கு மனதை மாற்றிக்கொள்ள வேண்டியதாயிற்று. பெரும்

பெரும் கனவுகளை அவரிடத்திலும் முளைக்க அவள் செய்து விட்டாள். அவரும் எப்படியோ கனடா வந்துசேர்ந்தார்.

அவருக்கு மூத்த பிள்ளைகள் இரண்டும் பெண்கள். மூன்றாவது பையன். மூன்று பிள்ளைகளையும் மனைவியையும் விரைவில் கனடா 'எடுப்பிப்ப'தெனில் கணக்காளர் வேலைதான் வேண்டுமெனக் காத்திருந்தால் முடியாது. மேலும் அவருக்கு அளவான கம்பளிச் சட்டையும், தடித்த கோட்டும், குளிர்கால சப்பாத்தும்கூட வாங்க வேண்டி இருந்தது. தன் படிப்பிற்குத் தொடர்பில்லாத வேலையானா லும் அது தவிர அவருக்கு வேறு மார்க்கம் இருக்கவில்லை.

ஆனால் வேலையில் சேர்ந்து சில மாதங்களிலேயே அரசாங்க உதவித் தொகையில் வாழ்ந்துகொண்டிருந்த சரோஜாவின் குடும்பத் துக்கும் தானே உழைத்துப் போட்டுக்கொண்டிருக்க நேர்ந்த நிலைமையை சிவப்பிரகாசம் தெரிந்துகொண்டார். மனைவியின் உறவினரானதில் நேரடியாய் அதைத் தவிர்க்க முடியாமல் தவித்தார். சுணக்கமாயேனும் வேறு வீடு பார்க்க எழும் அவ்வப்போதான யோசனையை மங்களம் என்ன நினைப்பாளோவென்ற எண்ண மெழுந்து விலக்கி அடித்துக்கொண்டிருந்தது.

நிலைமையை விளக்கி அவளின் அபிப்பிராயத்தைக் கேட்கலா மென்றால் அவர் போனெடுக்கும் சமயமெல்லாம் பிறகும் முன்னுமாய் சரோஜாவோ அவளது கணவன் கதிர்காமநாதனோ அலைந்து கொண்டிருந்தார்கள். மனைவியோடு அந்தரங்கமாய்ப் பேசக்கூட ஒருபொழுதை அவர்கள் அவருக்கு ஒதுக்கவில்லை. மாலினி எப்படி இருக்கிறாள், மல்லிகா என்ன செய்கிறாள், சுகந்தனின் படிப்பெல்லாம் எவ்வாறு போகிறதென பிள்ளைகள்பற்றி விசாரிக்க அவருக்கு முடிந்திருந்தது. ஆனால் தன்னை அவள் நித்திரையில் தேடுவதுண்டா என்றறிய எழுந்த கிளுகிளுப்பை அவரால் தணிக்கமுடியாதே போய் விட்டது. நாலு வார்த்தை கதைப்பதற்குள் அவர்கள் ஊர் விடுப்புப் பிடுங்க வரிசையில் வந்து காத்துநின்றார்கள்.

பிள்ளைகளையும் மனைவியையும் கனடா 'எடுப்பிக்'கும் நாள் எட்டிப் போகிறதேயென்று வேகுவதைத் தவிர அவரால் செய்ய வேறு இருக்கவில்லை. எல்லாத் தயக்கங்களையும் உதறியெறிந்து விட்டு அவர் வேறு வீடு பார்த்துக்கொண்டு செல்லும் ஒரு அவசியம் அன்றைக்கே எழுந்தது.

அவர் வீடு திரும்பியபோது, ஒட்டாவாவிலுள்ள உறவினர் வீடு சென்றிருந்த சரோஜா திரும்பிவிட்டிருந்தாள். அவர் சாப்பிட்டு வந்து கூடத்துள் அமர்ந்தார். பத்து மணிக்கு மேல் குளித்து, கமகம வாசம் வீச இரவின் ரதீகரத்துடன் வந்த சரோஜா ஓர் எதிர்பார்ப்போடுபோல் கணவனைக் காத்து கூடத்துள் அலைந்த படியிருந்தாள்.

தேவகாந்தன் ◆ 11

பதினொரு மணிக்கு மேலே வெளியே சென்றிருந்த கதிர்காமநாதன் வீடு திரும்பினான். போதையோடு வந்திருந்தவன் கண்களில் காமம் மெல்லிய திரையெறிந்திருந்தது.

வேலையில்லாதவனுக்கு குடிக்க எங்கே காசு கிடைக்கிறதென மனம் பொசுபொசுத்தாலும், எதையும் கவனியாதவர்போல சிவப்பிரகாசம் தொலைக்காட்சியில் மூழ்கியிருந்தார்.

ஏற்கனவே இரவுச் சாப்பாட்டை அவர் முடித்திருந்ததால், கதிர்காமநாதனும் சரோஜாவுமாக சாப்பிட்டனர். சிறிதுநேரம் இந்திய அமைதிப்படை விரைவில் இலங்கையைவிட்டு நீங்கவிருப்ப தான தொலைக்காட்சிச் செய்தியில் கவனமாயிருந்து விட்டு மூவரும் படுக்க எழுந்தனர்.

மாடியில் சிவப்பிரகாசத்தின் அறைக்குப் பக்கத்திலேதான் அவர் களது படுக்கையறை இருந்தது. வீடு சிறிதானதால் படுக்கையறைகள் பெரிதானவையாயில்லை. ஓங்கிக் குத்தினால் அடுத்த அறைக்குள் அதிர்வெழும். தடிப்பமில்லாத செயற்கைப் பலகைகளால் அடிக்கப் பட்டதும், உள்ளே கோதாய் இருப்பதுமான அறைச் சுவர்களுக்கூடாக கீழே சமையலறையிலிருந்த பிறிட்ஜின் மெல்லிய இரைச்சலே நிதானமாகப் படியேறி சுவர்களைத் துளைத்து வரும்.

அவர் இயல்பில் படுத்தவுடனேயே தூங்குகிற ஆளில்லை. ஆனால் அன்றைக்கு மாலையின் நடைக் களைப்பினாலும் நள்ளிரவு தாண்டி யிருந்ததனாலும் உடனடியாகவே நித்திரை போய்விட்டார்.

ஒருபொழுது சயனத்திரை கிழிகிறமாதிரி உச்சஸ்தானம் ஏறும் வேகவேக இயக்கம் சுவர் கிழித்து வருகிறது. அவரது தூக்கம் கலைகிறது. கதிர்காமநாதன் காமநாதனாக மாறியிருப்பதை அவர் உணர்கிறார்.

அந்த இரவின் மென்குளிரில் அவருக்கு வியர்த்து மேனி நசநசக்கத் துவங்கியது. தாகமெடுத்து நாக்கு வறண்டது. லைற்றைப் போட்டுக் கொண்டு கீழே சென்று பிறிட்ஜைத் திறந்து தண்ணீரெடுத்து அருந்தினார். திரும்பி மேலே வர, என்ன சவமோ சுவர்த் தட்டில் நீட்டிக் கிடந்தவொன்று தட்டுப்பட்டு நிலத்தில் விழுந்து எகிறியது. மட்டுமில்லாமல், சொல்லி வைத்ததுபோல் கதிர்காமநாதனின் அறைக் கதவில் படாரென மோதிக் கலகலத்தது.

படக்கென்று கதவு திறபட்டது. சிவப்பிரகாசம் திடுக்கிட்டுப் போனார். துவாயை இடுப்பில் சுற்றியபடி வாசலில் நின்றுகொண் டிருந்தான் கதிர்காமநாதன். கண்களில் அளவிட முடியாத அசூயை. ஒரு மண்புழுவாய் அவரைச் சிறுக்கச்செய்யும் அருவருப்பு. ‘கேவலன்... கேவலன்... இந்த வயசில போய் சேர்க்கை மோப்பம் பிடிச்சுத் திரியிறியோ.’ சொல்லில்லாமல் வதைத்த ரூபமும் பார்வையும்.

அப்படியே நெருப்பில் போட்ட றப்பர்ப் பொம்மைபோல் அவர் உருகிச் சிறுத்தார். 'இந்த நடுச்சாமத்தில கதவுக்கு முன்னால நிண்டு என்னடா செய்யிறாய்' என்று கேட்டிருந்தால்கூட அவர் அவ்வளவு சுடுபட்டிருக்கமாட்டார்.

கதிர்காமநாதன் ஒரு வார்த்தை பேசவில்லை. அதற்குமேல் அங்கு நிற்கவுமில்லை. திரும்பி இருட்டுக்குள் மறைந்துபோனான். கதவு மட்டும் ஒரு சிறிய பொழுதின் இடைவெளியில் படாரென வந்து மூடியது.

அறைக்குத் திரும்பிய சிவப்பிரகாசத்தால் தூங்க முடியவில்லை. சிறுமையடைந்து கிடந்த அவர் மனத்தில் தீர்மானம் எழுந்தது. நாளைக்கு இந்த வீட்டில படுக்கிறேல்லை!

அப்படியொரு நிலைமையில்தான் சிவப்பிரகாசம் தன் மனைவியின் சகோதரி வீட்டிலிருந்து வேறு வீடு சென்றார்.

அன்றைய இரவில் அவ்வாறான ஒரு சம்பவம் நடந்திருக்கா விட்டாலும், அடுத்தடுத்த வாரத்தில் அவர் வேறு வீடு பார்த்துக் கொண்டு போகிற தீர்மானத்தை எடுத்தேயிருப்பார். அவ்வளவுக்கு அவர் உள்ளூள் வெப்பம் கிளம்பிப்போயிருந்தார். பிள்ளைகளைப் பார்க்காமல் இருக்க முடியவில்லையென நாலுபேருக்குச் சொல்லிக் கொண்டிருந்தாலும், முதன்மையாய் அவரில் பிரிவின் துயரைச் செய்துகொண்டிருந்தது மாநிறமும் மெலிந்த உருவமும் நாலே முக்கால் அடி உயரமும்கொண்ட அவரது மங்களமாகவே இருந்தாள். ஊரிலிருந்து வந்த அந்த ஆறு மாதங்களில் விவித நினைவுகளால் அவர் மனம் சிதறிக் கொண்டிருந்தார். பக்கத்து அறையின் போக முனகல்களும், லயம் பிசகா அரவங்களும் இரவில் அவரின் தூக்கத்தை யும், பகலில் மனத்தின் சமநிலையையும் இடறிக்கொண்டிருந்தன.

சரோஜாவுக்கும் கதிர்காமநாதனுக்கும் கல்யாணமாகி அத்தனை வருஷங்களிலும் பிள்ளையொன்றில்லை. எந்த இரவையும் தப்பவிடாத அவர்களது முயற்சியில் தன் சுயம் திரிவதை அவரால் சகித்துவிட முடியாது. படுக்கையில் போர்வை தேவை எனும்படியான குளிர் விரவிய இரவுகளிலும் அவருக்கு வியர்க்கிறது; நாவு வறண்டு தாகமெடுக்கிறது. அந்த அவஸ்தையில் தொடர்ந்தும் தத்தளிக்காதபடி உடனடியாய்க் கருமமாற்ற கதிர்காமநாதன் அவரைத் தூண்டி விட்டிருக்கிறான். அவ்வளவுதான்.

3

மனம் அவலமாகிப் போனார் சிவப்பிரகாசம். அதுவரை அவரின் தேகம்தான் ஒருவகைப் பாரத்தை உணர்ந்திருந்தது. அப்போது மனமும். வீடு மாறும் திடீர் முடிவை எடுத்துவிட்டாலும் வாடகை

மற்றும் முன்பணம்பற்றிய விபரங்கள் அவருக்குத் தெரிந்திருக்க வில்லை. பண நிலைமையும் வசதியாக இல்லை. ஆனால் தனிவீடு எடுப்பதுதான் அவரது முடிவாக இருந்தது. அது எவ்வளவு சிறிய வீடானாலும் அவர் சமாளித்துக்கொள்வார். 'சூடு கண்ட பூனை அடுப்படிக்குப் போகாது' என்பார்கள். அவர் சூடு கண்டவர்.

அன்று வேலைத் தலத்தில் சிவப்பிரகாசத்தின் யோசனையோடு கூடிய முகத்தைக்கொண்டே, 'என்னண்ணர், யோசிக்கிறதப் பாத்தா அவசரமாய் வீடு மாறவேண்டி வந்திட்டுதுபோல'வென மகாலிங்கம் கேட்டிருந்தான்.

அவர் திகைத்தார். மனத்தில் ஓடிய எண்ணத்தை மகா லிங்கத்தி னால் அவ்வளவு அச்சொட்டாக எப்படிக் கண்டுபிடிக்க முடிந்தது. மதிய உணவுவேளையில் அவர் மகாலிங்கத்திடம் அதைக் கேட்டார்.

'கனடா வந்து அஞ்சாறு வருஷமாகுது, அண்ணர். நான் பாக்காத கூத்துக்களே இஞ்ச. குடும்பத்தைவிட்டு கனடா வந்து சொந்தக்காற ரோடை தங்கியிருக்கிற ஆக்களுக்கு என்ன நடக்கிதெண்டு ஆருக்குத் தெரியாது. போன கிழமைச் சம்பளம் வீட்டுச் சாமான் வாங்கினதோட முடிஞ்சிதெண்டு நீங்கள் அண்டைக்குச் சொன்ன தோடயே, உங்களுக்கு அந்த வீட்டில கன நாளைக்குத் தாக்குப்புடிக்க ஏலாதெண்டு எனக்குத் தெரிஞ்சிட்டுது.'

'மெய்தான், லிங்கம். தனிய இருந்திட்டா சொந்தங்களும் சொந்த மாய் இருக்கும். உழைக்கிறத செட்டாய்ச் சிலவழிச்சா கையிலயும் கொஞ்சம் மிஞ்சும். அதுக்குள்ள அந்த வீட்டில கறபுறவும் ஆயிட்டுது. இனி அங்கயிருந்து சரிப்படா. என்ர அவசரத்துக்கு வீடு எப்பிடி எடுக்கிறது... அதுதான் யோசினை.'

அந்த உரையாடலின் விளைவுதான், மகாலிங்கம் தங்கியிருந்த கொண்டோமினியத்தில் சிவப்பிரகாசத்துக்கு கிடைத்த ஒற்றைப் படுக்கையறை வீடு.

இரண்டு மாதம் முன்பணம் கொடுக்கவேண்டி வந்தபோது சிவப்பிரகாசம் தடுமாறினார். மகாலிங்கம் உதவிசெய்தான். மாலையில் முன்பணம் கொடுத்து கொண்டோமினியத்தில் வீட்டுச் சாவி வாங்கிவிட்டார்.

இனி கதிர்மாமநாதன் வீட்டிலிருந்த உடுப்புகளை எடுத்துவர வேண்டும். ஏனோ ஒரு தயக்கம். திடீரெண்டு போய் வேற வீடு பாத்திட்டனெண்டு சூட்கேசுகளைத் தூக்கிக்கொண்டு வாறதெப்பிடி. மங்களம் கேட்டா என்னத்தைச் சொல்லுறது.

எல்லாத் தயக்கங்களும் முதல் நாளிரவு கதிர்காமநாதனின் கண்களில் தெரிந்த இகழ்ச்சியை நினைக்க மாயமாய் விலகின.

மகாலிங்கத்தின் காரிலேயே சென்றார். வாசலில் இறங்கி அவர்மட்டும் உள்ளே போனார். கதவைத் திறந்து யாராவது உள்ளே

இருக்கிறார்களாவென்று பார்க்க பெரிதாகச் செருமினார். அறைக்குள்ளிருந்த கதிர்காமநாதன் வெளியே வந்தான்.

அவனிடம், 'சரோஜாவைக் காணேல்ல?' என்றார்.

'இஞ்ச இருக்கிறன், அத்தான்' என்று சரோஜா வந்தாள்.

நினைத்துப் போனபடி உடனேயே சொல்லிவிட்டார். 'சறோஜா, இஞ்சயிருந்து வேலைக்குப் போய்வாறது சரியான கஷ்ரமாயிருக்கு எனக்கு. அங்கன கிட்டவாய் இடமொண்டு பாக்க சொல்லி வைச்சிருந்தனான். வசதியாய் ஒண்டு இப்ப கிடைச்சிருக்கு.'

'எப்ப போப்போறியள்.'

'இண்டைக்கே.'

அவர் நேரே தன் அறைக்குப் போய் வெளியிலிருந்த உடுப்புகளை எடுத்து சூட்கேஸ்களுள் அடைந்துகொண்டு வர, 'போற வாற வசதியெண்டாலும் சாப்பாட்டுக்கு கஷ்ரப்படப்போறியள், அத்தான்' என்றாள் சரோஜா.

அவர் தன்னிடமிருந்த சாவியை அவள் பார்க்க மேசையில் எடுத்துவைத்தார். 'சமாளிக்கத்தான வேணும்' என்றுவிட்டு திரும்பினார்.

கதிர்காமநாதன் ஒரு வார்த்தை பேசவில்லை. முதல் நாளிரவு தனது அந்தரங்கத்தினை வேவு பார்த்ததான ஆத்திரத்தில் கனன்று கொண்டிருந்தவன், ஏதோ தான் அவருக்குச் சரியில்லாதது எதையோ செய்துவிட்டதுபோல் யோசனையும் விசனமுமாக நின்றுகொண்டிருந் தான். அவருக்கே சஞ்சலமாக இருந்தது. ஒரு ஏமாற்றத்தை அவனில் இறக்குவதில் அவர் அந்த நிமிஷத்தில் எந்தத் திருப்தியும் அடைந்து விடவில்லை.

'அக்கா போனெடுத்தா...?'

அவர் போன் நம்பரை எழுதிக் கொடுத்துவிட்டு வாசலைக் கடந்தார்.

'சனி ஞாயிறில வந்து போங்கோ, அத்தான்' என்றாள் சரோஜா பின்னாலிருந்து.

சிவப்பிரகாசம் பதில் சொல்லவில்லை. காதில் விழுந்த பாவனையே காட்டவில்லை.

காரை நெருங்கிக்கொண்டிருந்தபோதே, தான் அதுவரை கொண்டிருந்த பாரங்களின் தளர்வை உணரத் துவங்கினார் அவர். 'லிங்கம், டிக்கியைத் துற.'

இருபத்து மூன்று மாடிகளைக்கொண்ட அந்த வான் தழுவிய கொண்டோமினியத்தில் அவரது வீடு இருபத்தோராவது தளத்தில் இருந்தது. அவசரத்துக்கு வாங்கிய மெத்தை, தலகணி, போர்வை, பானை, தேனீர் வைப்பதற்கான தட்டுமுட்டுச் சாமான்கள், பால், சீனி, தேயிலை சகிதம் இரவு ஒன்பது மணியளவில் புதுவீட்டில்

பால் காய்ச்சினார். அத்தனையிலும் கூடநின்று உதவினான் மகாலிங்கம்.

மகாலிங்கம் சென்ற பிறகு மெத்தையை நிலத்தில் போட்டுவிட்டு சுவரில் சாய்ந்தபடி அமர்ந்தார்.

மின்விளக்குகள் அணைக்கப்பட்டு இரவுக்கான ஒரு நீலநிற குமிழ் விளக்கு எரிந்துகொண்டிருந்த அந்த இருட்டு அவருக்குப் பிடித்திருந்தது.

தனியாக இருந்த சந்தர்ப்பங்கள் அவருக்கு முன்பும் இருந்திருக்கின்றன. கொழும்பிலே அவர் ஒரு வீட்டில் தன் ஊர் ஆட்கள் இருவரோடு பகிர்ந்திருந்த வீட்டின் ஒரு அறையில் தனியேதான் இருந்திருந்தார். ஒருவருக்கு பின்னேரம் மூன்று மணியிலிருந்து பன்னிரண்டு மணிவரையென்றும், இன்னொருவருக்கு மாலை ஆறிலிருந்து விடிய ஆறுவரையென்றும் வேலையிருந்த நிலையில், அவர்களை சனி ஞாயிறுகளில் சிலவேளைகளில் ஞாயிறுகளில் மட்டுமே அவருக்கு காண, கதைக்க முடிந்திருந்தது.

இரவில் வேலை முடிந்து ஏழு மணிக்கு அறைக்கு வந்தாரானால் தனிமையைத் தவிர வேறெதையும் அவர் எதிர்கொள்வதில்லை. ஆனாலும் சூழவும் ஒரு சப்த அலை எந்நேரமும் எழுந்து கொண்டிருக்கிற இடமாக அது இருந்தது. காலி வீதியில் விடிய விடிய வாகன இரைச்சலிருக்கும். வெள்ளவத்தையில் 33ஆம் தெரு 83இன் இனக் கலவர காலத்தில்கூட பெரிதும் பாதிக்கப் படாததாகவே இருந்தது. அதன்பின்னான காலத்திலும் அவர் அச்சப்படும் சூழமைவு அங்கே இருந்திருக்கவில்லை. சத்தம் சூழவிருந்து அச்சமறுக்கும் அந்தத் தனிமையை அவர் விரும்பினார். கொழும்பில் தொலைக்காட்சி அப்போதுதான் பரவலாக வந்திருந்தது. இருந்தும் அவர் பெரிதான நேரத்தை அதில் செலவிட்டதில்லை. மறுநாள் செய்யவேண்டிய அலுவலக வேலைகள் சிலவற்றை ஒழுங்குபடுத்துவார். பிறகு வாடிக்கைச் சாப்பாடு வந்த தூக்குச்சட்டியைத் திறந்து கடமைக்குப் போல் சாப்பிடுவார். மேலே படுக்கைதான்.

படுக்கையிலிருந்தபடி வாடகை நூலகத்திலிருந்து எடுத்துவரும் ஆங்கில நாவல்கள் ஏதாவதொன்றில் அவர் கவனம் குவிப்பார். ஊர் செல்லாத வெள்ளி சனி ஞாயிறுகள் அவருக்கு மிகுந்த இடைஞ்சல் செய்பவை. அவற்றை ஆங்கில சஞ்சிகைகளின் தஞ்சத்தில் கழிப்பார். அத்தகைய சஞ்சிகைகளில் வரும் நடுப்பக்கப் படங்கள் பெரும்பாலும் அவற்றில் காணக்கிடைப்பதில்லை. அவை முன்னதாக எடுப்பவர்களின் ரகசிய சுரங்கத்துக்குப் போய்விடுகின்றன. அவரிடமே அவற்றிலிருந்து எடுத்த சில படங்கள் அவரது ரகசிய சுரங்கத்தில் சேர்மானமாய் உண்டு. என்றாலும் படங்களைப்போலவே விஷயங்களிலும் அவருக்கு ஆர்வமுண்டு.

ஆனால் அன்றைய தனிமை ஒரு நிறை தனிமையாய்த் தோன்றியது. எப்போதோ ஒரு பொழுதில் லிப்டின் சத்தம் கேட்டது. மற்றும்படி நிசப்தத்தின் ஆதிக்கம் பரிபூரணமாய்ச் செறிந்திருந்தது. பக்கத்து வீடுகளில் என்ன சலனமும் எழுந்துகொண்டிருக்கலாம். ஆனால் அசைவுகளின் அதிர்வுகள் கடந்துவிடாதபடி பருமனான சுவர்களிருந்தன அக் கொண்டோமினியத்தில்.

நீல விளக்கின் வெளிச்சத்துக்கும் கூடுதலான ஒளிப் பிரவாகத்தை அறைக்குள் அப்போதுதான் அவர் அவதானித்தார். அவர் சாய்ந்து அமர்ந்திருந்த சுவருக்கு எதிரே இருந்தது அரைச் சுவர் உயரத்துக்கும், முழுச் சுவர் அகலத்துக்குமான திரைத் துணியற்ற கண்ணாடி ஜன்னல். அவர் கிட்ட எழுந்து சென்றார்.

அக் கொண்டோமினியத்தின் சூழல் முழுவதும் அவர் தெரிந்திருக்கவில்லை. முன்னேயிருந்த குறுந்தெருவில் இறங்கி நடந்தால் மக்கோவன் அவெனியு. நடந்து செல்லக்கூடிய தூரத்தில் இருந்தது மக்கோவன்பிஞ்ச் சந்திப்பில் ஒரு பல்கடைத் தொகுதி. அதன் மூலையில் ஒரு மதுபானக் கடை. LCBO என்ற பெரிய கடும்பச்சை நிற எழுத்துக்கள் மகுடத்தில் இருந்தன. அவர் அவ்வப்போது போய்வந்த பாதையும் சூழலும்தான். ஆனால் கொண்டோ மினியத்தின் பின்புறச் சூழல் அவருக்குப் புதியது.

அந்த இரவும் தனிமையும் அமைதியும் செய்த புளகிப்பைவிட காட்சிசெய்தது பன்மடங்காயிருந்தது. நிலவு எழுந்து கொண்டிருந்ததா, விழுந்துகொண்டிருந்ததா. நிலவை கனடாவில் யார் கவனிக்கிறார்கள். அதுபாட்டுக்கு எழுகிறது, விழுகிறது. அங்கே அது ஒரு கிரகமாகவும் எவர் பிரக்ஞையிலும் இல்லை. அந்தளவு ஆசுவாசம்கொண்ட பூமியின் பாகமல்ல அது. அங்கே ஒரு அவசரம் உறக்கத்திலும் அனைவரிலுமிருந்து முனகிக்கொண்டிருந்தது.

ஊரிலே அவரது வீடிருந்த வளவு விசாலமானது. முன்புற மதிலும், பக்கத்து கிடுகு வேலிகளுமாய் அச்சறுக்கையானது. வேம்பும் மஞ்சவுண்ணாவும் தென்னைகளும் தீன்முருங்குமென பின்வளவு மரங்கள் அடர்ந்து கூடல்பற்றிக் கிடந்தது. முற்றத்தில் மதிலோரம் செவ்விளநீர்க் கன்றுகள், மாதுளை செம்பரத்தை கொடிமுல்லை களென பெருநிழல் விழுத்தா மரங்கள். விடுப்பில் வரும் காலங்களில் நிலவு பார்க்கவென முற்றத்து மணலில் பாய்விரித்து அவர் வந்தமர்வார். பிள்ளைகள் முதலிலும், பின்னர் மனைவியுமாக முற்றம் மேலே கனதி கொண்டுவிடும். பேச்சும் சிரிப்புமாய் களைகொட்டும். பிள்ளைகள் ஒவ்வொன்றாக நித்திரை வருகிறதெனப் போய்விட மனைவியுடன் தனித்திருந்து, தான் தனிமையில் அடையும் அசௌகரியங்களைப் பேசுவார். நீர் வீட்டைவிட்டிட்டு... பிள்ளையளின்ர படிப்பைக் கவனிக்காமல்... எப்பிடி வாறதெண்டு நிக்கிறீர். நான் நித்திரையில்லாமல் வதங்கிக்கொண்டு அங்க கிடக்கிறன்.

அவள் நாணப்பட்டு, பிள்ளைகள் வளர்ந்து வருவதால் தாபம் இனிமேல் தாங்கப்படவேண்டியது என்பாள். அவரோ, பிள்ளைகள் எவ்வளவுதான் வளர்ந்தாலும் கணவனுக்கு மனைவியும், மனைவிக்கு கணவனும் தவிர்க்க முடியாத தேவைகள் என்பார். அதுக்குத்தான் அப்பப்ப வீட்டுக்கு வாறியளே என்றாளெனில், பிறகு அவர் நேரத்தை வீணடிப்பதில்லை. அவர் அருக்கூட்டி வைத்துக் கொண்டிருந்த தவனங்களும், அவள் அடக்கி வைத்துக் கொண்டிருந்த ஆசைகளும் கரைந்தொழுகி ஆசுவாசமாகிவிடும்.

பிள்ளைகள் வளர்ந்து வருகிறார்கள் என்று சொல்லிக்கொண்டே அடக்கிவைத்த உணர்ச்சிகளை அவள் கழற்றிவிடக் காட்டுகிற வெறி அவரையே ஆச்சரியப்பட வைத்திருக்கிறது. லீவு எடுத்துநின்று நீண்ட விடுமுறை காணமுடியாத மாதங்களில் அவர் அடிக்கடி தொலைபேசி எடுப்பார். அவள் பேசுகிறது அத்தனையும் பிள்ளை களின் படிப்பு, உடல்நலங்களை மய்யங்கொண்டதாக இருக்கும். அவரது தேவைகளில் கவனமுள்ளவள்தான் மங்களம். ஆனாலும் பேச்சு முழுக்க பிள்ளைகளைச் சுற்றியே அமைந்து விடுகிறது.

நீ என்ன செய்தாய், எதாவதொரு ராத்திரியிலயெண்டாலும் என்னைத் தேடினியா என்று கேட்டாரென்றால், அவள், சீ, போங்கோ; உங்களுக்கு எப்பவும் அந்த நினைப்புத்தானென்று விஷயத்தை அப்பால் தூக்கியெறிந்து விடுவாள்.

அது அவருக்கு அவளுக்கேகூட சொல்லாத மனக்குறை. ஆனால் கூடல் விதங்களில் அவர் அதை மறந்தார்.

இதோ நிலவு ஜொலிக்க திறந்து கிடக்கிறது ஒரு பெரும் வெளிநிலம். சில லாச், பல்சாம்பேர், ஹெம்லாக் மரங்கள் அங்கிங்கொன்றாக நின்றுகொண்டிருக்கின்றன. இதுதான் இங்கே பார்க் எனப்படும் பொதுஜன பூங்கா. புல்வெளியும் மரங்களுமாக இருந்தாலும் இவற்றைப் பூங்கா என்றழைக்கக்கூடிய விதமாக பூக்கும் சில செடிகளையும் வைத்து பார்க் நிர்வாகம் குளிர் தவிர்ந்த காலங்களில் பராமரிக்கும். பார்க்கென்று சொல்லப்படாத வெளிநிலங்களும்கூட உண்டுதான்.

அப்போது அவருக்குத் தெரிந்துகொண்டிருந்த அந்த வெளிக்கும் மரங்களுக்கும் அப்பால் பறுகுக் காடு இருந்தது. றெட் செடார், ஜனிப்பர் என்று பனிக்குளிரில் தம் இலைகளை உதிர்த்துவிட்டு கிளைகள் காய்ந்தாலும் அடிமரமும் வேரும் செத்துவிடாமல் தம் இருப்பைக் காத்திருக்கும் சிறுமரங்கள் அந்தப் பறுகுக் காட்டில் அடர்ந்து நிற்கின்றன. அவை அப்போது இலைதுளிர்க்க ஆரம்பித் திருந்தன. ஆறு ஓடுகிற நிலமாயிருக்கும். அந்த வெளியில் எங்கோ ஒரு இடத்தில் அது ஊடறுப்பதை புதர்களின் வரிசையில் அனுமானித்துக்கொண்டார் சிவப்பிரகாசம்.

அந்த ஏகாந்தப் பெருவெளி, வீட்டில் அடங்கிக் கிடந்த தனிமை,

மௌனம், இருட்டு யாவும் அவர் மனத்தில் தாபத்தைக் கிளர்த்தின. மங்களத்தையும் பிள்ளைகளையும் விரைவில் அழைப்பதற்கான காரியங்களைக் கவனிக்கவேண்டுமென நிச்சயித்துக்கொண்டார்.

மகாலிங்கம் அவரோடுதான் வேலைசெய்தான். காலையில் ஏழு மணிக்கு ஆரம்பிக்கும் அந்த வேலைக்குப் புறப்படும் முன்னால் பேப்பர் போடுகிற இன்னொரு வேலையும் அவன் செய்தான். சனி ஞாயிறுகளில் ஒரு தமிழ் றெஸ்ரோறன்ரில் மூன்றாவது வேலையும் அவனுக்கு இருந்தது.

காரெல்லாம் வைச்சிருக்கிறாய், எப்பிடி இதையெல்லாம் சமாளிக் கிறாயென ஒருநாள் கேட்டதற்கு, ஊரிலை எங்களுக்கு சைக்கிள் மாதிரித்தான், அண்ணை, இஞ்சை கார் என்றிருந்தான் மகாலிங்கம். அவன் சொன்னபடி ‘மூன்று அடி’ அடிக்காவிட்டால் இதுவொன்றும் சாத்தியப்படாதுதான். இன்னுமொன்று, அந்த மூன்று அடி அடிப்பதற்கும் கார் அவசியம்.

இன்னொரு வேலை சிவப்பிரகாசத்தின் நினைவிலேறியது. அது அவரது குடும்பத்தை விரைவில் அங்கே வரச்செய்யும் வல்லபம் கொண்டிருக்கும்.

4

இலையுதிரும் குளிரும் இளவேனிலும் கோடையுமென மாறிமாறி காலம் நகர்ந்து 1992இன் இலையுதிர் வந்துவிட்டிருந்தது.

சிவப்பிரகாசம் நதியோடு ஓர் அந்நியோன்யத்தை வளர்த்துவிட் டிருந்தார். நதி அவரது கனவல்ல. பனையும், கொய்யாவும், கிஞ்ஞா வும், மணலும், வறட்சியுமே அவரது ஊர். அந்த உலகத்திலிருந்து வந்தவருக்கு நதி கனவாதல் சாத்தியமில்லை. ஆனாலும் முதலில் நதிக்கரைத் தனிமை உவப்பாகி, பின்னர் பின்னராக நதியில் ஒரு கேண்மை மிக்கிருந்தது. அது உயிர்கொண்டெழுந்து கூடவே நடந்து வருவதாக அவர் பல சமயங்களிலும் பாவனை கொள்ளுமளவிற் கானதாய் மாறியிருந்தது.

அதன்மேல் அவர் செந்நதியின் வரலாற்றை அறிய ஆரம்பித்தார். நதிக்கு ஆதி அந்தம் ஏது. அது செந்நதியாக அறியப்பட்ட காலத்தி லிருந்து அதன் கதையை அவர் உள்வாங்கினார்.

செந்நதி ஆதிஆதியில் பெயரெடுத்திருக்கவில்லை. வேறுவேறு திசைகளிலிருந்து ஆயிரம் ஆண்டுகளுக்கு முன்னால் அந்த நதிநோக்கி முதலில் பெயரத் தொடங்கிய இனக்குடியால் அதனுடைய மொழியில் அது Katabokokong என அழைக்கப்பட்டது. அதற்கு Rouge Rivier என்ற பிரெஞ்சு மொழிப் பெயர் வந்தது மிகப் பின்னால். பிறகு அது Rouge River என ஆங்கிலத்தில் ஆனது. கரையின் மண்ணேறிய

செம்மையெல்லாம் மழைமூலம் நதியேறி ஓடியதால் அது செந்நதியாய் தமிழிலும் பொருத்தம் கண்டது.

அதுபற்றிய ஐதீகங்களும் கதைகளும் அவற்றின் மர்மங்களும் மேலும் மேலும் அவரது விருப்பத்திற்குரியனவாயின. சரித்திரம் அவருக்குள் சம்பவங்களின் துண்டங்களாய் அடைந்திருந்தன. செந்நதியின் இருமருங்குமிருந்த இரொகுவா பிரெஞ்சு குடியிருப்பு களுக்கிடையிலான யுத்தத்தில் நடத்தப்பட்ட அனற்கணை வீச்சுக் களால் எரிந்த குடிமனைகளை, அவலம் பட்டோடிய மனிதர்களை, சிலரின் எரிந்த சடலங்களையும்கூட, அவர் மனக் கண்ணில் தரிசன மாகினார். பூர்வ குடிகளின் மாயங்களில் அவர் மனம் பரவசம் கொண்டிருந்தது. ஒருபோது எங்கிருந்தோ நூறு நூறான கரும் புள்கள் பறந்துவந்து நதிமேல் தாழ மிதந்துகொண்டிருந்ததைக் கண்டபோது உடல் கிளர்ந்தெழுந்து நதிமேல் மிதக்க சிறகுகள் அற்றுப்போன சோகத்தை முதன்முதலாய் உணர்ந்தார். சில நாள்களாக அவர் பெரும்பாலும் பித்துப்பிடித்த மனநிலையில் இருந்திருந்தார்.

இன்று அதன் கரையோரங்களில் பூர்வீக இனக்குழு எதனது இருப்பும் இல்லை. பாய்ச்சலின் வழித்தடம் குழியாய் மாறிய இருண்மைக்குள்ளே நதிமட்டும் பாய்ந்துகொண்டிருந்தது. இரொகுவா இனக்குழு கொடிகட்டி வாழ்ந்திருந்த காலத்தினது மர்மத்தின் சாயல் மாறாததாகவே அப்போதும் அது தோன்றியது. அந்த மர்மம் அவரை ஈர்த்தது; கூடுமான தரிசனத்துக்கு அவரை அவாவ வைத்தது. ஏனெனில் அந்த மர்மத்தின் கூறு அவரது பண்பாட்டி லிருந்தது. அது பயில்வுசெய்யப்படுவதை தன் ஊரில் பாட்டியிடத்தில் அவர் நிறையக் கண்டிருக்கிறார்.

வாரத்தில் ஒரு தரமேனும் நதியோரம் செல்லாமல் இருக்கமுடியாத நிலைமை அவரில் உருவாகியிருந்தது. அவர் நதியோரம் உலவித் திரிந்த பல முதியவர்களை அந்தக் காலத்தில் பார்வைமூலமேனும் அறிமுகமாகியிருந்தார். அவரதுபோன்ற உறவினையே அவர்களும் அதனோடு கொண்டிருந்தனராவென அறியாதிருந்தபோதும், அந்த ஊடாட்டத்தை அவர் மெச்சினார். தன் தாபங்களையும், சஞ்சலங் களையும், துக்கங்களையும் நதி புரிந்துகொண்டிருந்ததாய் அவருக்குள் நம்பிக்கை விளைந்திருந்தது.

உலகெங்கும் பெரும்பெரும் அரசியல் மாற்றங்கள் அப்போது நிகழ்ந்துகொண்டிருந்தன. அவரது சொந்த மண்ணில்கூட மனம் நடுக்குறும் அவலங்கள் மக்கள்மீது விழுந்துகொண்டிருப்பதை அவர் தெரிந்திருந்தார். கனடாவுக்கும் வேறு ஐரோப்பிய நாடுகளுக்கு மான இலங்கைத் தமிழரின் நகர்வு ஈசல் கணக்கில் நடந்து கொண்டிருந்தது.

இலங்கைமட்டும் என்றில்லாமல் கம்போடியா, திபெத், சீனா,

பிலிப்பைன்ஸ், இந்தோனிஷியா, வடகொரியா, நேபாளம் ஆகிய தேசங்களிலிருந்தும் புலப்பெயர்வுகள் நடந்தவண்ணமிருந்தன. அத்தனை மனிதர்களையும் உள்வாங்கும் அந்தப் பூமியின் வலுவை அவர் புரிந்திருந்தார். கதைகளைக் கொண்டிருந்த அந்தப் பூமி, கதைகளை உள்வாங்கும் அபேட்சையோடும் இருந்தது. மொழிகளின் இணக்கத் தொழிற்பாடுகள் கதைகளோடு அங்கே ஆரம்பமாவதாக யாரோ சொல்லியிருந்ததை அவர் அப்போது நம்பினார்.

எல்லாம் சிவப்பிரகாசம் அறிந்துகொண்டுதான் இருந்தார். ஆனால் அவரது அக்கறைகளோ மனைவியும் குழந்தைகளுமென்ற குறுகிய வட்டத்தில் சுருங்கியிருந்தன.

மனிதருக்கு அப்போது வேலையில் பதவி ஒருபடி உயர்ந்தும் விட்டிருந்தது. அந்தப் பணியினோடு சனி, ஞாயிறுகளில் வீட்டுத்தளம் அமைத்தல், வீடு புனர்நிர்மாணம் ஆகிய வேலைகளுக்கு ஞானசேகரத் தோடு சேர்ந்து போய்க்கொண்டு மிருந்தார். குடும்பத்தை ஏஜன்ற் மூலமாக எடுப்பிப்பதிலுள்ள விரைவை அவர் அறிந்திருந்தார். அவரது தேவையின் ஈடேற்றமே ஒரு பெரிய நன்மையாகும். அவர் அதற்கான ஆயத்தங்களை மிகத் தீவிரமாக நிறைவேற்றிக்கொண்டிருந் தார். போதுமான பணத்துக்கு ஏற்பாடாகியதும் மகாலிங்கத்தோடு சென்று ஏஜன்ற் ஒருவனைச் சந்தித்தார்.

சில வாரங்கள் கழிந்து முதல் பனி கொட்டிய ஒருநாள் கனடா வருவதன் முதல் கட்டமாக ஏஜன்ற் தங்களை முதலில் சிங்கப்பூர் அனுப்பவிருப்பதாக கொழும்பிலிருந்த மனைவியிடமிருந்து அவருக்குத் தகவல் வந்தது.

வாரங்கள், மாதங்கள் கழிந்தன. அவரது தவனத்தை உணராத காலம் குடும்பத்தை சிங்கப்பூரில் நிறுத்தி வைத்துவிட்டு நாள்களை உருட்டிக்கொண்டு இருந்தது.

திடீரென ஒருநாள் தானும் பிள்ளைகளும் அடுத்த புதன்கிழமை காலை பதினொரு மணிக்கு சிங்கப்பூரிலிருந்து கனடாவுக்கு விமானம் ஏறவிருப்பதாக மங்களத்தின் போன் வந்தது. செவ்வாய் மாலையில் வேலையிலிருந்து திரும்பியிருந்த சிவப்பிரகாசம் மிகுந்த பரபரப்போடு காணப்பட்டார். கனடா நேரப்படி அவர்கள் செவ்வாய் இரவு பதினொரு மணிக்கு சிங்கப்பூரிலிருந்து விமானமேறுவார்கள்.

அவர் அடைந்துகொண்டிருந்தது மகிழ்ச்சியின் பரபரப்பென்று கூறமுடியாது. கொழும்பிலிருந்து குடும்பம் சிங்கப்பூர் சென்று விட்டதை அறிந்தபோது அவர் அடைந்தது மகிழ்ச்சிதான். சிங்கப்பூரி லிருந்து மங்களநாயகி தொலைபேசியில் தொடர்புகொண்டபோது, வந்து பாருமன், எவ்வளவு சாமானுகள வாங்கி வைச்சிருக்கிற னெண்டும், எவ்வளவு ஆசையளை அடக்கி வைச்சிருக்கிறனெண்டும்

என அவர் சொல்லுகையில், அவள் சிரிக்காதபோதும் அவர் சிரித்தது மனிதர் பெரிய சந்தோசத்தில் இருந்ததையே வெளிப்படுத்தியது.

ஆனால் இதோ அன்றிரவு விமானமேறுகிறார்கள் என்று தெரிந்த இரவில் அவர் பரபரப்பாகிப்போனார். மனத்தில் இனம்புரியாத அவதியொன்று வந்து விழுந்துகொண்டது. ஆயிரம் முட்களின் மெல்லிய அழுத்தம் நெஞ்சு முழுக்க விரவியது. குடும்பத்தை கனடா இழுத்தெடுக்க முயன்றவர் மத்தியில் அடிபட்டுக்கொண்டிருந்த பற்பல அகதிப் பயணக் கதைகள் அப்போது தேவையற்று அவருக்கு ஞாபகமாகி அந்த வலியை இன்னும் மிகுப்பித்தன.

கனடாவிலிருக்கிற செம்பியனின் தமக்கை அமுதாவுடைய கதையை அவனே சொல்ல நேரில் அவர் கேட்டது. இந்தமாதிரித்தான் கொழும்பிலிருந்து சிங்கப்பூர் சென்ற அமுதா, அங்கிருந்து போலிக் கடவுச் சீட்டில் விமானமேற முயற்சிக்கையில் சிங்கப்பூர் குடிவரவு – செலவு அதிகாரிகளிடம் பிடிபட்டு பயணம் தடைப்பட்டுப் போகிறாள். சிங்கப்பூர் பொலிஸ் தன்னைத் தேடுவது தெரிந்த ஏஜன்சிக்காரன் தலைமறைவாகிவிட, அமுதா மாதக் கணக்காக சிங்கப்பூரென்றும் மலேசியாவென்றும் தாய்லாந்தென்றும் அலைந்து திரிந்து கடைசியில் அவளே கேவலங்களின் கதையாக மாறிப் போகிறாள். பின்னால் அவளது கதையை ஊர் மட்டுமில்லை, உறவுகளும் மறந்துபோகின்றன. இவைகள் அறிந்திருந்தவர் மனத்தில் மனைவி பிள்ளைகளின் பயணத்துக்கு என்ன நேருமோவென்று வந்திறங்கிய பயம் அவரைப் பதறவே செய்துகொண்டிருக்கும்.

அன்றிரவு மகாலிங்கத்தை, கார்திகேசுவை, ஞானசேகரத்தை அடிக்கடி போனில் அழைத்து அவர் பேசிக்கொண்டிருந்தார். இரவு பத்து மணிக்கு மேலே யாரை அழைத்துப் பேசுவது. இரவிரவாக அந்த ஜன்னலோரம் வந்து வெளியையும், இலையுதிர்த்த மரங்களையும், பனிகாலத்தை எதிர்கொள்ள நீரில் மூழ்கி மூச்சடக்கப் போகுமுன் சுழியோடி ஒரு ஆழ்ந்த உட்சுவாசத்தை இழுத்ததுபோல் விறுமாந்து நிற்கும் செடார், ஜனிப்பர்களையும், மஞ்சளடைந்து காய்ந்து கிடக்கும் நதியோரப் புதர்களையும் பார்த்தபடி நின்றார்.

பின் திரும்பிவந்து சோபாவில் அமர்ந்துகொண்டு போனை அடிக்கடி திரும்பிப் பார்த்தபடியிருந்தார். மகாலிங்கத்தைச் சென்று காணவேண்டும்போல இருந்தது. அவனே அந்த ஏஜன்ரை ஏற்பாடு செய்து கொடுத்தவன். மட்டுமில்லை, மற்றவர்களைவிட அவரோடு மிக அணுக்கமாக இருந்தவனும் அவன். போனெடுத்தபோது மகாலிங்கம் இன்னும் படுக்கப் போகாதது தெரிந்து கீழ்த் தளத்துக்குச் சென்று அவனைச் சந்தித்தார்.

மகாலிங்கத்துக்குப் பரபரப்பில்லை. அவர் ஆறுதலடையும்படி சில வார்த்தைகளைச் சொல்லி, ‘அக்காவும் பிள்ளையளும் பிளைற்

ஏறியிட்டினமெண்டு ஏஜன்சிக்காரன் போனெடுப்பான்தான? அப்ப எயாப்போர்ட் போற விஷயத்தைக் கதைப்பம்' என்று திருப்பி அனுப்பிவைத்தான். மேலே வந்தவர் வீட்டிலில்லாத அந்தச் சில நிமிடங்களில் ஏஜன்சியிடமிருந்து போன் வந்திருக்குமோவென்று அந்தரமாகிவிட, ஓடிப்போய் மிஸ் கால்களை தொலைபேசியில் தடவினார்.

நேரம் நகர்ந்துகொண்டிருந்தது. அவரது கணக்கில் சிங்கப்பூரில் அப்போது பகல் பத்து மணி ஆகியிருக்குமென்று தெரிந்தது. குடும்பம் விமான நிலையத்தில் நின்றுகொண்டிருக்கும்.

பசியிருந்தும் சாப்பிட மனம் பிடிக்காததால் எழுந்துபோய் தேநீர் வைத்துக் குடித்தார். அப்போது போன் அடித்தது. நெஞ்சு படீரென அடித்ததுபோலிருந்தது சிவப்பிரகாசத்துக்கு. திகைத்துப் போனவர் சுதாரித்துக்கொண்டு அதன் மூன்றாவது கிணுகிணுப்பி லேயே பாய்ந்து போனை எடுத்தார்.

மங்களநாயகி பேசினாள். 'நாங்கள் எயாப்போட்டுக்கே போகேல்லையப்பா.'

'ஏன், என்ன நடந்தது.'

'அங்க இமிக்கிறேசனில இண்டைக்கு எதோ பிரச்சினையாம். பிளைற்றை வெற்றி கடைசிநேரத்தில கான்சல் பண்ணியிட்டுது.'

'இனி எப்ப.'

'அடுத்த கிழமை போடலாம் எண்டிருக்கு.'

அவர் ஆசுவாசப்பட்டாரா. அவர் பணயம் வைத்துள்ள மனிதர். சாமான்யமான தொகையில்லை. இருபத்தையாயிரம் கனடிய டொலர். ஆரம்பத்தில் கொடுத்தது போக இன்னும் பத்தாயிரம் டொலர் கொடுக்கவேண்டியிருந்தது. குடும்பம் வந்த பின்னால் அந்தத் தொகையை மாறிக் கொடுப்பதில் அவருக்குச் சிரமமில்லை. அதுவரை அவர் தோற்றவராக இல்லையென்றாலும், வென்றவராகவும் இல்லை. நாள்களின் நகர்வு அவரை ஒரு அவதியிலும் நம்பிக்கை யீனத்திலும் கொண்டுசென்று விழுத்திவிடக்கூடும்.

அவரது குடும்பத்தாரும் பணயம் வைத்துள்ள மனிதர்களே. அவர்களுக்கு சிங்கப்பூர் குடிவரவு–செலவு பகுதியைக் கடந்து விமானமேறும்வரை ஓர் ஆயுட் கண்டமே உணர்கையாயிருக்கும். தவறினால் பொலிஸ் விசாரணை, மறியல் என்றும் ஆகக்கூடும். போலிக் கடவுச் சீட்டில் விமானமேற முயன்று இரண்டாவது தடைவை பிடிபட்ட ஒரு நபருக்கு பிரம்படியே விழுந்தது பத்திரிகைச் செய்தி. சிங்கப்பூரில் எதுவும் சாத்தியம். இந்த அச்சப்பாடுகளில் அவர்கள் தினசரி உழலவேண்டியதாகவே இருக்கும். பயணத்தின் வெற்றிக்கு பயமின்றியிருப்பதே முக்கிய நிபந்தனையென்பதை

மகாலிங்கம் சொல்லியிருந்தான். வீட்டுக்காறருக்கு பயப்பிடவேண்டா மெனச் சொல்லக்கூடாது, ஒண்டையும் யோசிக்காமப் பிளைற் ஏறுங்கோவெண்டு சொல்லவேணுமென அவருக்கு அறிவுரை சொன்னவனும் அவன்தான்.

நத்தார் வந்தது. பனி வந்தது. சிவத்தின் குடும்பம் வரவேயில்லை. மகாலிங்கத்துடன் ஒரு முறுகல் நிலையே அவருக்கு உண்டாகி விட்டது. அவரைச் சந்திப்பதை, அவரோடு பேசுவதை முடிந்தவரை அவன் விலக்கிக்கொண்டிருந்தான்.

ஒரு தர்க்கம் அவருள் ஊறிக்கொண்டிருந்தது. தனதும் தன் குடும்பத்தினதும் அவதிகளுக்கு தன் சரீரத் தகிப்பே காரணமோ. அது அவர் செல்லும் இடங்களெல்லாம் அவரைப் பின்தொடர்ந்து கொண்டு இருந்தது.

ரொறன்ரோவின் தமிழ்ப் பகுதிகளில் புலிகள் இயக்கத்தினருக் கும், மாற்றுக் கருத்தாளர்களுக்குமிடையேயான முரண்பாடுகள் முறுகல் நிலையை அடைந்திருந்தன. ஆங்காங்கே மோதல்களும் இடம்பெற்றன. எல்லாவற்றிலிருந்தும் அவர் விலகியிருந்தார். அவரது சுபாவமில்லை அது. ஆனால் பதினையாயிரம் டொலரை ஏஜன்ஸிக்கு கொடுத்துவிட்டு அதற்கான வட்டிக்கும், சிங்கப்பூரில் தங்கியிருப்போரது தேவைகளுக்கும் உழைக்க அவர் வேலைச் சக்கரத்தின் இடைவெளியற்ற பற்களுக்குள் தன்னை முழுமையாக நுழைக்க வேண்டியவராய் இருந்தார்.

ஒரு நகரமென்பது காமத்தில் வதங்கிக்கொண்டிருப்பதில்லை. காமத்தில் வதங்கிக்கொண்டிருக்கும் நகரம் நகரமாக இருக்காது. அவர் கொழும்பில் வேலை செய்துகொண்டிருந்த காலத்தில் நகைச்சுவையாக ஒரு நண்பன் சொன்ன பிரெஞ்சுக் கதையொன்று அப்போது அவருக்கு ஞாபகமானது.

ஒரு நகரசபை நகர எல்லைக்குள்ளிருக்கும் அத்தனை பாலியல் தொழிலாளர்களையும் ஒரு குறிப்பிட்ட காலத்துள் வெளியேற வேண்டுமென ஒரு தீர்மானத்தை நிறைவேற்றுகிறது. நகரத்தின் ஒழுக்கமும், தூய்மையும், சட்ட ஒழுங்குகளும் சீரழிகின்றதாய் அது காரணம் சொன்னது. அவர்களும் மெல்லமெல்ல அந்நகரத்தை விட்டு வெளியேறி நகர எல்லைக்கப்பால் ஒரு வெளியில் கூடாரங் களை அமைத்து தங்க ஆரம்பிக்கிறார்கள். நகரத்தின் தேவை நகர எல்லைக்கப்பால் போய்விட்டதும் நகரம் தவித்துப் போகிறது. அது தன் தேவைகளைத் தேடி கூடாரங்களை அணுகுகிறது. நாளடை வில் தற்காலிக கூடாரங்கள் வீடுகளாகின்றன. வீடுகளுக்குத் தேவை யான பொருள்களை வழங்க கடைகள் தோன்றுகின்றன. கடைகள் மிகமிக குடியேற்றம் கிராமமாகிறது; பின் பட்டணமாகிறது; அதுவே நாளடைவில் நகரமாகின்றது. முந்திய நகரம் தன் வளமும் வீறும் தேய்ந்து பாழித்துக் கிடக்கின்றது.

ஒரு நகரம் காமத்தின் வடிகாலின்றி அமைக்கப்பட முடியாதது.

அவர் வெம்மையில் உழன்றுகொண்டிருந்தார். அது ஒரு வளரும் நகரம். அங்கே தகிப்பினைத் தணிக்க மார்க்கங்கள் இருக்கின்றன. சாக்கடைகள் இல்லாவிட்டால் நகரம் நாறிவிடும். அவர் தன் மனைவியையன்றி வேறு பெண்ணை நாட முடியாத மனம் கொண்டிருந்தவர். அவருக்கு குடி, புகை என்பனகூட பழக்கத்திலில்லா தவை. இன்னும் கொழும்பு வேலைக்கு வரும்வரை சுத்த சைவ உணவுக்காரராய் இருந்தவர். பின்னால்தான் லேசாக சாராயம், விருந்துகளில் மீன் இறைச்சியென பழக்கமானது.

அவர் மங்களத்துக்காக காத்திருக்கத்தான் செய்வார்.

5

நத்தார் பிறந்து இரண்டு தினங்கள் ஆயின. பனி தூறியது. பிறகு ஓய்ந்தது. சில நாட்கள் அடித்த வெய்யிலில் அது தடமுமில்லாது மறைந்தது. மறுபடி ஒருநாள் போய்வருவதே சிரமம் என்னுமளவிற்கு பனி கொட்டியது. இறுதியாக பனிகாலம் முற்றிவிட்டது. சைபருக்குக் கீழே இருபத்தைந்து பாகைக்கு குளிர் உறைந்து கிடந்தது. நீரும் நிலமும் அதன்மேல் எழுப்பப்பட்டிருந்த வானளாவிய கட்டிடங்களும் விறைத்துக் கிடந்தன.

மனைவியும் பிள்ளைகளும் அடுத்த கிழமை வருவினம்... அடுத்த கிழமை எப்படியும் வந்துவிடுவினமென்று எதிர்பார்த்தபடி வேலைக்கு போய்வந்துகொண்டு இருந்தார் சிவப்பிரகாசம்.

வாரமென்பது நாள்களால் தொடுக்கப்பட்ட ஒரு வளையம். அதன் முதல் வேலைநாளை உருட்ட முடிந்துவிட்டால் இயங்கு விசையில்போல் மீதி நான்கு நாள்களும் சுலபமாக உருண்டோடி விடும். திங்கள் காலையிலிருந்து சிரமத்தோடுதான் சிவம் நேரத்தைக் கழித்துக்கொண்டிருந்தார். செவ்வாய் வந்தது கண்டவருக்கு பின்னர் வெள்ளி வந்து நின்றதுதான் தெரிந்தது.

அந்தக் கிழமையிலும் பயணம் சரிவரவில்லையென்று மனைவி அறிவித்தபோது, இனியெப்ப, அடுத்த கிழமைதானயென்று ஆர்வ மில்லாமல் கேட்டு பிள்ளைகளைப்பற்றிய சிறிது விசாரிப்போடு அவர் போனை வைத்துவிட்டார். அவருக்குக் கோபம். அவளால் என்ன செய்யமுடியும். அது அவருக்கும் தெரிந்ததுதான்.

இந்தா நாளைக்கென்றிருந்த பயணம் ஏன் இவ்வாறு இழுத்தடிக்கிற தென்று தனக்குள் கேட்டு அவர் புழுங்கிக்கொண்டிருந்தார். தூங்க முடியாத இரவுகளில் துணையாக இருந்தது நதி மட்டும்தான். இப்போது அதுவும் பனியால் போர்த்து மூடிக்கொண்டு படுத்துக் கிடந்தது.

மரங்கள் அசைந்தன இலைகளற்ற கிளைகளுடன்.

எதிர்பாராத ஒருநாள் மனைவி பிள்ளைகள் விமானமேறிவிட்டதாக சிங்கப்பூரிலிருந்து ஏஜன்ற் வெற்றிவேல் தொலைபேசி செய்திருந்தான். மனைவி பிள்ளைகள் சிங்கப்பூர் சென்றதுமே அதே கொண்டோமினியத்தில் இரண்டு அறை வீடொன்று பார்க்க வேண்டுமென நினைத்தவர், அவர்கள் வருவது தாமதமாகின்ற மனவுளைச்சலில் பாக்கலாம் பாக்கலாமென சலித்துப்போய் இருந்துவிட்டார். இப்போது எல்லாம் சடுதியில் அவசரமாகத் தேவைப்பட்டன.

விமானநிலையத்துக்கு நண்பரொருவரின் வேனை இரவல் வாங்கிக்கொண்டு மகாலிங்கம் கூடச்சென்றிருந்தான். விமானம் தரையிறங்கி நான்கு மணிநேரத்தின் பின் மங்களநாயகியின் உருவம் உள்வாசலில் அசைந்தது கண்டார். சிரிப்பொன்றை அவள் உதிர்க்கவே செய்திருந்தாலும், யாரோ தூரத்து உறவினரைப் பார்த்து முகமனுக்குச் செய்ததுபோல் அதில் உயிர் அற்றிருந்தது. பயணக் களைப்பிலும், குடிவரவு அதிகாரிகளின் விசாரணையிலும் அவள் கொண்டிருக்கக் கூடிய ஆனந்தம் மறைந்திருந்துவிட்டதாக அவர் தன்னைச் சமாதானப் படுத்திக் கொண்டார்.

பெண்பிள்ளைகள் இரண்டும் விறுவிறுவென வளர்ந்திருந்தன. அவர்களுக்கு சின்ன வயதிலிருந்தே தகப்பன்வழிப் பாட்டியைப் போன்ற உடல்வாகு. இருவருக்குமே பூப்பெய்துகிற வயதுதான். தாமதமும் பரவணியோ. மகனும் பத்து வயதில் ஏறக்குறைய அவரளவு உயரத்துக்கு ஒல்லித்து வளர்ந்திருந்தான்.

விமானநிலையத்திலிருந்து இருட்டுகிற நேரம் வீடு வந்து சேர்ந்தனர். எல்லாவற்றையும் நல்லபடியாய் முடித்துக்கொடுத்த மகாலிங்கத்துக்கு அவர் நன்றி சொன்னார். பத்து மணிக்குமேல் பெண்பிள்ளைகள் அறைக்குள்ளே கட்டிலிலும், மகன் மெத்தை யொன்றைப் போட்டுக்கொண்டு கீழேயுமாகப் படுத்துவிட்டனர். இரண்டறை வீடொன்றினை முன்னரே எடுத்திருக்கவேண்டிய அவசியத்தை அப்போது அவர் வலுவாக உணர்ந்தார். ஆனாலும் சிங்கப்பூர்ப் புதினங்களும் சிரமங்களுமென மங்களம் தனது சொந்த மனத் தணிவுக்காவது ஒரு கதையாடலை விரும்புவாளென்பது அவரது எதிர்பார்ப்பாக இருந்தது. நதித் திசையில் சுவரோடு சாய்ந்தமர்ந்து பேசிக்கொண்டிருந்தால்கூட ஒரு சுகம் இருக்கவே செய்திருக்கும். அவர் எண்ணிக்கொண்டிருக்கையில், 'அடிச்சுப் போட்டமாதிரி உடம்பு உழையுதப்பா. நான் படுக்கப்போறன்' என்றவள் அப்படியே எழுந்துபோய், 'தள்ளிக்கிட, ராசன்' என்றுவிட்டு சுகந்தன் பக்கத்தில் படுத்துக்கொண்டாள்.

வேண்டாம்... வேண்டாம்... இஞ்சை வா, உன்னோட பேசவேணு மென்று அவரால் கூப்பிட்டுவிட முடியுமா.

அவர் விறைத்தவர்போல் ஒருக்களித்துத் திறந்திருந்த கதவுக்கிடை தெரிந்த அவளது பாதங்களைப் பார்த்தபடி வெகுநேரம் அமர்ந்திருந் தார். சிறிதுநேரத்தில்தான் தெரிந்தது, அவை மென்மையின் இளஞ் சிவப்புக்கொண்டு மெருகேறியிருப்பது. நீட்டி நீட்டி நிற்கும் அவளது கால்விரல் நகங்களை அவள் அனேகமாக வெட்டுவதில்லை. எப்போ தாவது அவை தாமாக முறிவதுதான் நடப்பது. அந்த நகங்கள் அப்போது அழகாய் வெட்டப்பட்டு அலரிநிற நெயில் பொலிஷ் பூசப்பட்டிருந்தன. குதிப்புறத்தில் பித்த வெடிப்பால் பிளவுண்டு கிடக்கும் பாதங்கள் அத்தனை அழகாய் மாறியிருந்தன.

ஊரிலே கல்யாணவீடு பெரியகடை ஆஸ்பத்திரியென்று வெளிக் கிடுகிறபோது மட்டும்தான் அவளுக்கு செருப்பணிந்து பழக்கம். வீட்டில் செருப்பணிய வற்புறுத்தி கொழும்பிலிருந்து வரும் கொண்டாட்ட காலங்களில் பாட்டா செருப்புகள் வாங்கிவந்து கொடுப்பார். பள்ளிக்கூடத்துக்குக்கூட நான் செருப்புப் போட்டு போனதில்லையப்பா... போறபோற இடத்திலை மறந்தும் போகுது... எனக்கு இந்தச் சனியன் வேண்டாமென்று அவள் சொல்லியும் அவர் கேட்டதில்லை. சிலவேளைகளில் போய்வந்த உறவினர் வீட்டில் அவள் மறந்து வந்த செருப்பினை தானே எடுத்துவந்தும் கொடுத்திருக்கிறார். அவள் செருப்பணியவேண்டும் என்ற பிடிவாதத் தில் அவர் தளரவேயில்லை. முதல்பிள்ளை பிறந்த பிறகுதான் அந்தப் பிடிவாதம் அவரில் தளர்ந்தது. பிறகு இரண்டாவது, மூன்றாவது பிள்ளையென்று ஆகஆக அவர் செருப்பு விஷயத்தை ஞாபகப்படவில்லை. கிறவல் தெருவும், மெலிஞ்சி தொட்டாற்சிணுங்கி வெகுத்து வளரும் பின்வளவும் அவளது பாதங்களைப் படுத்தியிருந்த பாட்டை சில இரவுகளில் கவனித்து அவர் கிண்டலடிக்கிறபோது, ஆமிக்காறன் வாறான் எண்டோடன பிள்ளையளை இழுத்துக் கொண்டு ஓட இதுதானப்பா வசதியென்று அவள் பதில் சொல்லிச் சமாளித்திருக்கிறாள். முதலில் கொழும்பும், பின்னர் சிங்கப்பூருமாய் ஓடிமறைந்த காலம் அவளது பாதங்களை காயமும் தழும்புகளு மற்றவையாய் மெருகேற்றியிருக்கின்றன. அவற்றை அவளே அந்தத் தனிமையைப் பயன்படுத்தி அவரிடம் காட்டியிருக்கவேண்டியவள். அவளோ பயணக் களைப்பில் படுக்கப்போவதாகச் சொல்லிக் கொண்டு போய்விட்டாள்.

அவர் ஒன்றை சுருக்கமாய்த் தெரிந்தார். அவர் இலங்கையி லிருந்து புறப்பட்டபோதிருந்த குடும்பமல்ல அது. முன்பு அது மூன்று பிள்ளைகளையும் தன்னையும் மனைவியையும் கொண்டிருந்த ஐந்து பேரின் ஒற்றை அமைப்பு. இப்போது அது மூன்று பிள்ளை களையும் தாயையும், அதனோடிணைந்த தனி வளையமாய் தன்னையும் கொண்டிருக்கும் அமைப்பாய் அவர் உணர்ந்து கொண்டிருந்தார். அவரிலிருந்து மனைவியாய் விலகி தாயானதுபோல,

அவருடனான பிள்ளைகளது உறவிலும் ஒரு விரிசல் விழுந்திருக்கக் கூடும். அவற்றை விடிந்தபிறகு தொடரப் போகும் கணத்திலிருந்துதான் அவர் தெரிந்துகொள்ளப் போகிறார்.

நீல விளக்கை எரியவிட்டு சரவிளக்கை அணைத்த பின்னர் ஜன்னலோரம் வந்தார்.

பிரபஞ்சம் பிரகாசித்துக் கிடந்தது. பாதரசம் போலவே பனியும். குறைந்தளவு வெளிச்சத்தையும் உள்வாங்கி அது ஜொலித்துக் கொண்டிருக்கும். பனியின் அந்த ஜொலிப்பில் முன்பெல்லாம் எவ்வளவு அழகிய பெருவெளியாய் பிரபஞ்சம் காட்சி கொடுத்தது அவருக்கு. இன்று எல்லாமே தலைகீழ் மாற்றம் கண்டிருந்தன. பனியை மூடி இருள் கவிந்திருந்தது.

தொலைவில் நதி அசைவற்றுக் கிடந்தது. அது சலசலத்துக்கூட இருக்கமுடியும். ஆனால் அவரிருந்த மனநிலையில் எல்லாம் தொலைந் தும், அந்நியப்பட்டும் போய்விட்டதான வெறுமையில் அவலம் சுழன்று சுழன்று மேலெழுந்து அனைத்திலும் கவனத்தை இழக்கப் பண்ணிக்கொண்டு இருந்தது.

6

வேறொரு கொண்டோமினியத்தில் மூன்று அறை வீடொன்றுக்கு சிவப்பிரகாசம் குடும்பத்தோடு குடியேறிய பின்னர் வந்த முதல் வெள்ளிக்கிழமை. இரவு பத்து மணிக்கு மேலாகியிருந்த பொழுது.

பிள்ளைகள் தூங்கப் போயிருந்தனர். மறுநாள் பள்ளி இல்லை யென்பது அவர்களது படுக்கை செல்லும் நேரத்தில் மாற்றம் எதையும் செய்வதில்லை. பயிற்றுமொழி ஆங்கிலமாக இருந்தவகையில் ஆங்கிலத்தை மட்டும் தனியாக ரியூசன் கொடுக்கும் ரீச்சர் ஒருவரின் வீட்டில் போய் சனி ஞாயிறு காலைகளில் கற்றுக்கொண்டிருந்தார்கள்.

அவர் புதிதாக வாங்கிப் பொருத்தியிருந்த முந்திய வீட்டிலிருந்தது போன்ற நீலக் குமிழ் விளக்கு ஒளி பாய்ச்சிக்கொண்டிருந்தது. நதிக்கு இன்னும் அணித்தான அந்த வீட்டிலிருந்து சிவப்பிரகாசம் நதி நோக்கி நின்றிருந்தார். வெளியே குளிர் மண்டிக்கிடந்தது. வெண்பனிப் படர்வில் வெளியெங்கும் ஊமை வெளிச்சம். அவருக்கு வெண்ணிறம்பற்றிய ஆச்சரியமான எண்ணங்கள் எழுந்து கொண்டிருந் தன.

சங்கும் பாலும் வெள்ளை நிறத்தன. பால்போன்ற வெண்மை என்றுதான் ஊரில் சொல்வது வழக்கம். சங்கு சுட்டாலும் வெண்மை தரும் என்கிறது தமிழ். ஆங்கிலம் 'ஸ்னோ வைற், றோஸ் றெட்' என்ற தேவதைக் கதைமூலம் பனியையே வெண்மைக்கு உவமையாகச் சொல்லும். அது மென்நீலம் கலந்து பளீரிடும் வெண்மை. பாலிலும்

சங்கிலும்தான் தமிழ் வெண்மையைக் கண்டது. அது பனியின் வெண்மையை அறியாது.

பால் எப்படி இருக்குமென்று கேட்ட அந்தகனின் கதை தொடர்ந்து ஒரு குறுஞ்சிரிப்புடன் அவரில் ஞாபகமேறிற்று.

அந்தகனின் குழந்தையொன்று பால் பிரையேறி இறந்துவிடுகிறது. அதை ஒருவன் அந்தகனுக்கு ஓடிவந்து தெரிவிக்கிறான். பாலை எப்போதும் கண்டிராத அந்தகன் பால் பிரையேறி குழந்தை இறக்குமா வென துக்கத்தினுள்ளும் அதிசயம்கொண்டு, பால் எப்படி இருக்கு மெனக் கேட்கிறான். அதற்கு ஊரிலிருந்து வந்தவன், 'பால் கொக்குப் போல் இருக்கும்' எனக் கூறவும், அதற்கு அவ்வந்தகன், 'கொக்கு எப்படி இருக்கும்' எனக் கேட்கிறான். குடியானவன் முழங்கையோடு கரத்தை மடித்துயர்த்தி, அகங்கை கவிழ்த்து இப்படி இருக்கும் என்கிறான். கையைத் தடவிப் பார்த்த அந்தகன், 'ஆ... இவ்வளவு பெரிய பால் தொண்டைக்குள் போனால் குழந்தை இறக்கத்தானே செய்யும்' என்று பிரலாபித்தானாம்.

அவருக்கு மேலும் சிரிப்பு வந்தது. அப்போது, படுத்துவிட்டா ளென்று அவர் நினைத்துக்கொண்டிருந்த மங்களம் பக்கத்திலே வந்துநின்று இழையாய் நெளியும் மெல்லிய குரலில், 'என்ன உங்களுக்கயே சிரிச்சுகொண்டு நிக்கிறியள்' என முணுமுணுத்தாள்.

அவர் திடுக்கிட்டுத்தான் போனார். சிறிதுநேரத்தில் சுதாரித்துக் கொண்டு, 'ஒண்டுமில்லை' என்றார்.

அவள் இன்னும் நெருங்கினாள். ராணி சந்தன சோப்பின் வாசம் மெல்ல அவர் நாசியில் நுழைந்தது. பிள்ளைகளின் சாப்பாட்டு நேரச் சந்தடியில் குளித்திருக்கிறாளென நினைத்துக்கொண்டார். அவளது அணுக்கம் அவர் அணிந்திருந்த சுவெற்றருக்கூடாக தேகத்தில் மின்னலைகளைப் பரவவைத்தது. அத்துடன் அவளது காந்தள் விரல்கள் பிடர் படர்த்திய ஸ்பரிசத்தில் நீலவொளித் தேவதையாய் நின்ற அவளை அவர் இறுக்கமாய் ஆலிங்கனம் செய்தார்.

காமம் தணிந்த மனிதனே நிதானத்துக்கு வருகிறான். மனம் நிதானப்பட்டு வாழ்க்கை மறுபடி சுவையெழ ஆரம்பித்தது சிவப்பிரகாசத்துக்கு.

ஒருநாள் அவர் வேலையிலிருந்து வீடு வந்துகொண்டிருந்தபோது வாசலில் மனைவியும் பிள்ளைகளும் நிற்பதைக் கண்டார். கூட, சரோஜாவும் கதிர்காமநாதனும். சரோஜாவுடனான மனைவியின் தொலைபேசித் தொடர்புகளை அவர் அறிந்திருந்தார். வீட்டுக்கு வந்துபோகிறதாக அது விரிவது அவருக்கு விருப்பமில்லை. கதிர்காம நாதனின் அவரைச் சிறுத்துப்போகவைத்த பார்வையை நினைவு கொள்கையில் அவர் நெஞ்சுள் வலி அப்போதும் எழுந்தது.

வீடு விற்பனை முகவராக அவன் சுயாதீனமாய் தொழில் பார்ப்பதும், அண்மையில் மார்க்கம் பகுதியில் பெரிய வீடொன்றில் அக்குறா காருடன் வசதியாக வாழ்வதும்பற்றி மகாலிங்கம் அவருக்குச் சொல்லியிருந்தான். மாச்சரியம் தான் விழும் மனிதரின் மனத்தைத் தின்றுதீர்த்துவிடுகிறது. சிவப்பிரகாசம் பலநாள்கள் அந்த நினைப்பில் எரிந்துகொண்டு திரிந்தார். அந்த விஷயத்தில் கோபப்பட முடியாததால் இன்னுமின்னும் தனக்குள் வளர்ந்த வெறுப்பில் தன் குணநலம் திரிந்த ஒரு மனிதனாய் ஆகிக்கொண்டிருந்தார்.

அன்றைக்கு வீட்டுவாசலில் நின்றிருந்த கதிர்காமநாதனைக் கண்டதும் உள்ளடங்கியிருந்த அந்த வெறுப்பு அவரது மனம் முழுக்கப் பற்றியெழுந்தது. அவருக்காகக் காத்துக்கொண்டிருந்ததாய் சரோஜா சொன்னபோது, சமாளிப்பான சில வார்த்தைகளோடு, ‘சரியான குளிராயிருக்கு, இன்னொரு நாளைக்குக் கதைப்பம்’ என்றுவிட்டு வீட்டுக்குள் விரைந்துவிட்டார்.

இலையுதிர்காலம் முடிவதற்கிருந்தது. பச்சையம் வறண்டிருந்தது புல்வெளிகளில். உதிர்மரங்கள் மீதி இலைகளுடன் சோகம்பூண்டு நின்றிருந்தன. நீல விளக்கின் மென்னொளிப் படர்வுள் அவர் நதிமுகம் பார்த்து நின்றிருந்தார். மிக நெருக்கமாய் சந்தன சோப்பின் வாசமடித்தது. அவள் வந்துவிட்டதை அவர் உணர்ந்தார். அவரது பின் கழுத்தை வருடி வளைத்தபடி அவள் கேட்டாள்: ‘என்னநுங்கோ, மாசாமாசம் ஆயிரத்தறுனூறு ரூபாய் வாடகை குடுக்கிறதைவிட, வீடொண்டைச் சொந்தமாய் வாங்கியிட்டா லென்ன. வாடகையை விட குறைவாய்த்தான் மோட்கேஜ் கட்ட வருமாம். சரோஜா சொன்னாள்.’

அது நியாயமான விருப்பமென்பது அவருக்குத் தெரிந்திருந்தது. அந்த விருப்பம் அவளில் விழுந்த விதத்தை எண்ணியபோது அவர் தயங்கினார். ஆனால் அந்த நேரத்தில் அவளது கை பிடரியில் முக்கியமான காரியத்தை ஆற்றியது. அவர் சிலிர்ப்படைந்து கொண்டு இருந்தார். அவாவிய அவயவங்களைத் தழுவியபடி அவர் முணு முணுத்தார்: ‘இஞ்ச ஸ்காார்பரோவில ஒரு வீடு பாப்பம். கொண்டோ விலயெண்டா இன்னும் நல்லது. சினோ தள்ளுற, புல்லு வெட்டுற வேலையள் இருக்காது. எல்லாத்தையும் மனேஜ்மென்ற் பாத்துக் கொள்ளும். மெயின்ரனன்சுக்கு கொஞ்சக் காசு போகும், அவ்வளவு தான்.’

வீடு என்பது வாழ்வின் ஆதாரம். பனிவிழும் நாட்டில் மட்டு மில்லை, உயிர்களிருக்கும் எல்லா தேசங்களிலுமேதான். வீடு ஒன்றை கொண்டோமினியத்திலோ ரவுண் ஹவுஸ் திட்டத்திலோ தனி வீடாகவோ வாங்குவது ஆசிய நாட்டினர்க்கு, குறிப்பாக இலங்கைத் தமிழருக்கு, ஆன்ம வீடுபேறு அடைதலை விடவும் முக்கியமானது.

அவர்களது கலாச்சார முகிழ்ப்பு அங்கிருந்தே தொடங்குகிறது. வீட்டுக்கு அகம் என்றும் ஒரு சொல்லுண்டு. வீடு சார்ந்த அனைத்தும் அகத்திணையாகவும், அதன் வெளி சார்ந்தவற்றைப் புறத்திணையாக வும் அது அர்த்தப் படுத்தியிருக்கிறது.

கூடு குடும்பத்துக்கானதாய் இருக்கிறது குருவிக்கு. குகையும் பொந்தும் அதற்கானதாகவே மிருகத்துக்கும். மனிதனுக்கும் வீடு வேறு காரணத்துக்காய் இல்லை. குடும்பம் காமத்தின் விளைச்சல். அவாக்களின் சந்திப்பு.

சிவப்பிரகாசமும் வீடு வாங்கத் தீர்மானித்தார்.

7

வீடு வாங்கும் மனைவியின் விருப்பத்துக்கு சம்மதமளித்த நினைப்பு சிவப்பிரகாசத்துக்கு இருந்தது. மகாலிங்கத்துடன் அந்த எண்ணத்தைப் பகிர்ந்துகொண்டபோது அவனும் அது ஒரு சரியான முடிவெனவே சொல்லியிருந்தான். அது குறித்து ஒரு நல்ல வீடு விற்பனை முகவரை அணுகவும் அவர்கள் கருதியிருந்தனர்.

இரண்டு மூன்று வாரங்களின் பின் ஒருநாள் இரவு மனைவி சொன்னாள், அன்றைக்கு தான் வீடு பார்க்கச் சென்றிருந்ததாக. யாரோடு என்று அவர் கேட்டதற்கு, சரோஜாவோடு என்றாள். அவருக்கு அது சரோஜாவோடு அல்ல, கதிர்காமநாதனோடுதான் என்பது நன்றாகவே தெரிந்திருந்தது. அப்போதே அவரது முகம் மாறிப்போனது. ஏன், சரோஜாவும் ஏஜன்சி வேலை பாக்கிறாவோ எனக் கேட்க வாய்யெழுந்தது. ஏதோ ஒரு களைப்பில் அந்த முனைப்பைக் கைவிட்டார்.

அந்த வீட்டின் அமைப்பையும், இடங்கொண்ட அறைகளையும், அவர் வேலைக்கு சுலபமாகப் போய்வர பஸ்நிறுத்தம் வீட்டுக்கு நடைத் தூரத்தில் இருப்பதையும், மற்றும் பலசரக்கு, கொத்து ரொட்டி, பிரியாணி, இடியப்பம், பிட்டு, தோசை ஆகியன வாங்க சில தமிழ்க் கடைகள் சூழ இருப்பதையும் மங்களம் சொல்லிக் கொண்டிருந்தாள். மூத்த மகள் மாலினியையும் கூட்டிச் சென்றிருப் பாள்போல. அவளும் அந்த வீட்டின் சூழலையும், எல்லைக்குப் பின்னால் பரந்த புல்வெளியும், அப்பால் மரங்களடர்ந்த நிலமும் இருப்பதைச் சொல்லினாள். தொடர் வீட்டு குடிமனைப் பகுதியில் வீடு வாங்குகிற எண்ணம் அவருக்கு இல்லை. அதையே அவர் ஒத்துக்கொண்டிருக்கக்கூடும். ஆனால் கதிர்காமநாதன் மூலமாக வாங்க அவர் சம்மதிக்கமாட்டார்.

இருந்தும் அந்த வீட்டை வாங்கவேண்டாமெனச் சொல்வதற்கு அவரிடம் ஒரு காரணமில்லை. கதிர்காமநாதன் மூலமாக வாங்க தனக்கு விருப்பமில்லையென அவரால் சொல்லிவிட முடியுமா.

அது தனக்கு வேலைக்குச் செல்ல தூரமான இடத்தில் இருக்கிற தென்று சொல்லலாம். போய் வருவதற்கு மட்டும் அதனால் சுமார் ஒரு மணி நேரத்தை அவர் அதிகமாகச் செலவழிக்க வேண்டியிருக்கும். அவர் அதையே சொன்னார்.

பனிகாலத்தில் வீட்டுக்கு கிட்ட பஸ் நிறுத்தமிருப்பது முக்கிய மானது. அந்த வசதி அங்கே இருக்கிறதென்று அந்தப் பேச்சை மங்களம் முடித்துக்கொண்டாள்.

எப்படி அது திட்டமாய் நடந்துமுடிந்ததென்று வீடு வாங்கி வெகுகாலம் வரையிலும்கூட அவரது சிந்தனைக்குப் பிடிபடவில்லை.

பிள்ளைகள் மகிழ்ச்சியாக இருந்தார்கள். மங்களநாயகி மகிழ்ச்சி யாக இருந்தாள். அவர் மகிழ்ச்சியாக இருப்பதாக நடித்துக்கொண்டிருந் தார். கதிர்காமநாதன் மூலமாக வாங்கிய வீடு என்று அவரிடத்தில் ஒரு மௌனமான கொதிப்பு இருந்து கொண்டே இருந்தது. ஒன்றரை லட்சம் டொலர் பெறுமதியான அந்த வீட்டின் விற்பனை மூலம் அவனுக்கு கமிஷனாகக் கிடைத்திருக்கக்கூடியது பதினையாயிரம் டொலரென்று பேச்சுவாக்கில் ஒருமுறை மகாலிங்கம் கூறியதிலிருந்து அவர் மனம் சாம்பவே தொடங்கிவிட்டது.

கனடா வந்த புதிதில் சரோஜா வீட்டில் தங்கியிருந்த காலத்தில் அவர் நடந்துதிரிந்த புல்வெளியும் அடர்மரச் சிறு காடும்போல் அங்கேயும் இருக்கின்றது. தன் இருண்ட அகழிக்குள் செந்நதி பார்வையெட்டும் தூரத்திலேயே பாய்ந்துகொண்டுமிருக்கிறது. அதன் அருகிலுள்ள நடைபாதையில் அவர் நடைப்பயிற்சிக்கு போய்வந்துகொண்டுதான் இருக்கிறார். பஸ் எடுக்க அதிகமாக நடக்கும் சிரமமும் அவருக்கு இருக்கவில்லை. இருந்தும் அந்த அயல் பிடித்த அளவுக்கு அவருக்கு வீடு பிடிக்கவில்லை.

வீடு வாங்கிய பின்னால் வந்த குளிர்காலத்தில் பனி அதிகமாகக் கொட்டியது. வீட்டுக்கு முன்னால் உள்ள நடைபாதையில் கொட்டி யிருந்த பனியை வேலை முடிந்து வந்து அவர்தான் தள்ளினார். அப்போதெல்லாம் அவர் கொண்டோமினியத்தில் வீடு வாங்க தான் கொண்டிருந்த விருப்பம் தகர்ந்த சோகத்தை அதிகமாக அடைந்துகொண்டார்.

வீடு தேவையான பொருட்களால் பூரணமாகி, தேவையற்ற அலங்காரப் பொருட்களால் நிறைந்துகொண்டிருந்தது. இலங்கையின் வடபகுதியிலுள்ள ஒரு சிறிய கிராமத்துப் பெண், கனடா வந்த பிறகு அடைந்துகொண்ட மாற்றத்தை அவர் மெல்லிய கசப்போடு கவனித்துக்கொண்டிருந்தார். அவள் வங்கிக்குப் போனாள், கடைகளுக்குப் போனாள், தமிழ்ப்படம் பார்க்க பிள்ளைகளுடன் தியேட்டருக்குப் போனாள், அயலிலே அறிமுகமாகியிருந்த ஓரிரு தமிழ்க் குடும்பங்களின் பிறந்தநாள் விழாக்களுக்குப் போனாள்,

பிள்ளைகளின் பள்ளித் தேவைகளுக்கும் அவளே போனாள். ரியூஷன்களையும் வீட்டுப் பாடங்களையும் கவனித்து, அங்குள்ள கல்வித் திட்டத்தை விசாரித்து பிள்ளைகளை நெறிப்படுத்துவது உட்பட அனைத்தும் செய்தாள். அதனால் அவள் பல விஷயங்களை அவர் அறியாதளவு அறிந்திருந்தாள். மேலும் அவர் எதையும் மறுக்காதபடி செய்ய அவளிடத்தில் அங்குசமும் இருந்தது.

அவள் தெரிந்தே அதைக் கையாண்டாள். அதில் சிலவேளை களில் அதிகப்படியும் இருந்தது. ஆனால் தன் பலஹீனத்தை அவர் தான் உணர்ந்துகொள்ளவில்லை. உணர்ந்திருந்தாலும் அது ஒதுக்கி வைக்கப்படக்கூடிய உணர்வுமில்லை. அவராலும். எவராலும்.

கனடாவில் கல்வியை இடையிலே தொடங்கியவகையில் பயிற்று மொழி சார்ந்த பிரச்னைகள் குறுக்கிட்டு பல்கலைக்கழகம் செல்கிற அளவுக்கு அவரது எந்தப் பிள்ளையும் முன்னேறவில்லை. அப் பொழுது பிள்ளைகள் கம்ப்யூட்டரென்றும் கணக்கியலென்றும் படிக்க அகடமிகளுக்கு போய்வந்துகொண்டு இருந்தார்கள். மங்களம் ஓடு ஓடுவென அவர்களைக் கலைத்துக்கொண்டிருந்தாள். நிறையத் தான் செலவாகிக்கொண்டிருந்தது. ஆனால் அதைச் செலவாக நினைக்காமல் பிள்ளைகளின் எதிர்காலத்தின் வைப்புநிதியாகவே அவரும் கருதினார். அவ்வாறு கருதுகிற மனப்படிமமே அங்கே தமிழ்ப் பெற்றோரிடம் இருந்தது. மற்றும்படி அவர் வீட்டிலிருந்து அந்நியப்படுதல் சிறிதுசிறிதாக நடந்துகொண்டிருந்தது.

ஒருநாள் மங்களம் சொன்னாள், 'வீட்டில சும்மா இருக்க என்னவோமாதிரி இருக்கு, சரோசாவையின்ர ஓஃபீசில ஒரு வேலை இருக்காம், அதுக்குப் போகலாமெண்டு யோசிக்கிறன்' என.

அவர் திகைத்தார். அவரது அனுமதியை அவள் கேட்கவில்லை. தான் யோசித்துக்கொண்டிருப்பதை அவருக்கு அவள் தெரிவிக்க மட்டுமே செய்கிறாள். கொதித்து, மறுகணத்தில் தெளிந்து, அவர் சொன்னார் ஒரு அலுப்போடு: 'என்னெண்டாலும்... செய்.'

மங்களம் வேலைக்குச் செல்ல ஆரம்பித்தாள்.

அவரது உழைப்பில் தன் எண்ணங்களை நிறைவேற்றிக் கொண் டிருந்த வரையில், தன் அங்குசத்தை அவள் மிக நிதானமாகவும் திண்ணமாகவும் பிரயோகித்துக்கொண்டிருந்தாள். இப்போது தானே சம்பாதிக்கும் வல்லமையில் அவளது நடவடிக்கைகள் ஒரு ஒழுங்கில் மாறத் தொடங்கின. வேலைக்குப் போய்வந்த அலுப்பு என்று நேரத்தோடேயே படுக்கச் சென்றுவிடுகிறாள். வீட்டுவேலை தவிர வேறு தெரியாதிருந்த அவளுக்கு அதற்குச் சென்றுவரும் பஸ் பயணமே பெரும் அலுப்பாகத்தான் இருக்குமென்பது அவருக்கும் தெரிந்ததுதான். அது அவரது வாயைக் கட்டிப்போட்டது.

நான்கு அறைகளுள்ள அந்த வீட்டில் ஒரு அறையைத் தனக்காக

அவள் ஒதுக்கிக்கொண்டாள். அதற்கு சந்தன நிறத்தில் பிள்ளைகளுடன் சேர்ந்து ஒரு விடுமுறை நாளில் தானே பெயின்ற் அடித்தாள். அதை சாமி அறையாக வைக்கிற எண்ணம் அவருக்கிருந்தது. சொன்னபோது, ‘சாமிதான, என்ர றூமில இருக்கட்டுமன்’ என்று விட்டாள். இரவுகளின் தேவைச் சமயங்களில் அவரது படுக்கையில் சரிந்தாலும் சிறிதுநேரத்தில் எழுந்து அந்த தனது தனியறைக்குள் ஓடிவிடுகிறாள்.

அவளது அறைக்குள் ஏதாவது ஒரு காரணத்தில் உள்ளே சென்ற ஞாபகம் அத்தனை காலத்தில் அவருக்கில்லை. அவள் அலுப்பாக இருக்கிறதென்றோ, மறுநாள் வேலையிருக்கிறதென்றோ சொல்லிவிட்டு படுத்துவிடும் வார இறுதிநாள் இரவுகளில், அவர் தன்னந்தனியனாய் விழித்திருந்து அவளது அறை வாசலில் மூடிய முலைகளின் மேடு வளைவுகளில் பார்வையைப் பதித்து தாபம் பெருக்கி நின்றிருக்கிறார்.

அவளது மாற்றம் அவருக்குத் தெரிந்தது. திரும்ப முடியாத ஒரு எல்லைக்கு அவர்களது கணவன் மனைவி உறவு சென்று கொண்டிருக்கிறதா. அவருக்குத் தெரியவில்லை. தெரிந்தபோது அந்த நிலைமையை மாற்ற அவருக்கு வழியும் தெரியாதிருந்தது.

காலம் அவருக்காய் எதை எழுதி வைத்திருக்கிறதோ.

8

புதுவீட்டுக்கு வந்து இரண்டு வருஷங்களுக்கு மேலேயும், மங்களம் வேலைக்குச் செல்லத் தொடங்கி ஒரு வருஷமும் ஆகிவிட்டிருந்தது. பஸ்சுக்கு நேரஞ்செண்டுபோச்சு என்றிருந்த வீட்டில், இப்போது அந்தப் பறப்பு இல்லை. வீட்டு கராஜுக்குள் நின்றிருந்த புதிய கொண்டா வேன் எல்லா அவர்களது அவசரங்களையும் அடக்கி விட்டிருந்தது. மங்களத்தில் பருமன் ஏறியிருந்தது. அவளது நடத்தையிலும் ஒரு கம்பீரம் பொலிந்திருந்தது. அவளிடமிருந்த நடைமுறை விஷய ஞானம் வாழ்க்கையை ஒரு லாவகத்திலும் ஒழுங்கிலும் நடத்த அவளைத் தயாரித்திருந்தது.

எதற்குமே இல்லாமல் அவரது மூவாயிரத்து அறுநூறு டொலர் மாதச் சம்பளத்தின் தேவையாகமட்டுமே அவர் அப்போது அங்கே ஆகியிருந்தார். இருவருக்குமான ஒற்றை வங்கிக் கணக்கை அவளே நிர்வகித்தாள். மற்றும்படி தங்கள் தேவைகளுக்கான கடனட்டைகள் அவரவர்களிடம் தனியாக இருந்தன. அவ்வப்போது அவருடைய கடனட்டையை தேவைகளுக்கு அவள் கேட்பதும் சாதாரணமாக நடந்தது.

சிவப்பிரகாசம் நொந்துபோனார். பெண்பிள்ளைகளைத் தன்னோடு அவள் கூட்டுச் சேர்த்துக்கொண்டிருந்த வகையில் கேட்கவோ

அதட்டவோ முடியாது தனக்குள்ளேயே உருகி உருக்குலைந்து போய்க்கொண்டிருந்தார். இருவரில் எவரோடென்றில்லாமல் சுகந்தன் தனிப்போக்கில் இருந்தான்.

அன்று காலை கண்விழித்தபோதே உடலில் மதம் மிஞ்சிவிட்டிருந் ததை சிவப்பிரகாசம் உணர்ந்தார். மாதங்களாய்த் தேங்கியிருந்த உணர்ச்சி. அது கோபங்களாகி அவ்வப்போது சிதறப்பார்த்தது.

கார்த்திகையில் ஒருநாள் பாராளுமன்ற சதுக்கத்தில் நடைபெற்ற பொங்குதமிழ் நிகழ்வுகளுக்குச் சென்றிருந்தார். ஞானசேகரத்தை அங்கேதான் நீண்ட நாட்களுக்குப் பிறகு சந்திக்க நேர்ந்தது. அவருட னான தொலைபேசி அழைப்புகள்கூட குறைந்துவிட்ட காலமாக விருந்தது அது.

கனகாலமாய்ப் போச்சு கண்டு என்று ஆரம்பித்த உரையாடல் பிள்ளைகளின் படிப்பு, முன்னேற்றம், வேலை வாய்ப்புகளென்று எதார்தமான விஷயங்களில் படர்ந்தது.

தொடர்ந்த பேச்சு, அந்த நான்கு வருட இடைவெளி ஞான சேகரத்தை ஒரு யோகிபோல் ஆகிவிட்டிருந்ததையே சிவப்பிரகாசத் துக்கு காட்டியது. சுற்றிவர தமிழீழத்துக்காக ஓங்கியெழுந்த குரல் களுக்கிடையில் நின்று அவர் மிக்க சாந்தமாக குடும்பத்துக்காகவே தாய் தகப்பன்மார் இருப்பதாகவும், பிள்ளைகள் வளர வளர தமது ஆசாபாசங்களை அடக்கிக்கொண்டு அவர்களுக்கு ஒத்தாசையாக இருக்கவேண்டியதே வாழ்வின் ஒரே அர்த்தமாவதாகவும் சொல்லிக் கொண்டிருந்தார். கூட்டத்தில் கலந்துகொண்டிருந்த அவரது மனைவியும் ஓர் ஆணும் ஒரு பெண்ணுமான இரு பிள்ளைகளும் அவர் நின்றிருந்த இடத்தை வந்து சேரும்வரை ஞானசேகரத்தின் பேச்சு அவ்வாறாகவே இருந்தது.

சிவப்பிரகாசத்தினால் நம்பமுடியவில்லை. அந்தளவு சாந்தம் எப்படி வந்தது ஞானசேகரத்துக்கு. இரண்டு மூன்று ஆண்டுகளின் முன் நியூஸ்பைஸ் லாண்டில் காண்கிறவேளைகளில் முருங்கைக்காயும், ஒடியல் கூழும், கலவாய் மீனும், மஞ்சள் போட்ட மச்சச் சொதியும் பற்றிக் கதைத்து கண் சிமிட்டிய அந்த மனிதரால் அந்தச் சிறிய கால வெளியில் எவ்வாறு எல்லா உணர்ச்சிகளையும் திருகிப்போட்டு விட்டு அடங்க முடிந்தது. பிள்ளைகள் வளர்ந்த பிறகு எல்லா உணர்வுகளையும் அவ்வாறுதான் அடக்க வேண்டுமா. புணர்ச்சி விழைச்சு அடங்கினால் ஞானசேகரத்தைப்போல் ஒரு யோகியாக அடங்குவதும் பேசுவதும் சாத்தியம்தானோ.

ஞானசேகரம் மேற்கொண்டு அதில் அதிகநேரம் நிற்கவில்லை. என்ன நான் சொன்னது சரிதான, ஆறுதலாய் வீட்டில போயிருந்து யோசிச்சுப் பாருங்கோ, எல்லாம் விளங்கும் என்றுவிட்டு விடை பெற்றுச் சென்றார்.

தொடர்ந்த சில நாட்களாக சிவப்பிரகாசத்துக்கு ஞானசேகரத்தின் பேச்சே ஞாபகமாகிக்கொண்டிருந்தது. தனியே கிடந்து உள்ளம் குமைய ஆரம்பிக்கிற வேளைகளில் ஞானசேகரத்தின் அனுபவங் களுக்குச் சாதகமாக நினைத்து தன்னை நெறிப்படுத்த முனைந்தார். தான் வாசித்த நூல்களிலிருந்து இன்னும் சாட்சியங்களைக் காண முற்பட்டார்.

அப்போது காமம்பற்றி யாரோ ஒரு யோகி சொன்னது அவருக்கு ஞாபகமாகியது. தணிக்கத் தணிக்க பெருகிக்கொண்டிருப்பதே காமமென்றும், அடக்கினால்தான் அதிலிருந்தான மீட்சியென்றும் அந்த யோகி சொன்னதை நம்பமுனைந்தார். அவரும் தன்னை அடக்க முடிவுபண்ணினார்.

ஒருநாள் மாலை வேலையிலிருந்து திரும்பிக்கொண்டிருந்த பொழுது கார்த்திகேசுவை பஸ்ஸில் சந்திக்க முடிந்திருந்தது. நீண்ட நாட்களுக்குப் பிறகான அந்தச் சந்திப்பில் சிவப்பிரகாசத்திடம் தென்பட்ட மாற்றங்களில் கார்த்திகேசு திகைத்துப்போனார். 'என்ன, சிவம், ஆளே மாறிப்போயிட்டியள். கேக்கிறனயெண்டு குறை நினையாத யுங்கோ, வீட்டில பிரச்சினை கிரச்சினையொண்டும் இல்லைத்தான' என்று கேட்டார்.

'சீச்சீ...' என்று சிவம் மறுத்தார். ஆனால் வழிநெடுக, இந்த விசர் மனிசன் என்னத்துக்காண்டி இப்பிடிக் கேட்டுதென்று யோசித்துக்கொண்டே இருந்தார். ஒரு மனிதனின் உடல் மன உற்சாகமின்மைகள் அவன் வீட்டின் உள்ளக நிலைமைகளின் சிதைவையா வெளிக்காட்டுகின்றன. இல்லாவிட்டால் கார்த்திகேசு அவ்வாறு கேட்கக் காரணமில்லையே.

மகாலிங்கம் இப்போதும் அவரோடு ஒட்டுதலாகவே பழகினாலும், கொண்டோமினியத்தில் இருந்ததுபோன்ற குடும்பரீதியான ஒட்டுற வாக அப்போது இருக்கவில்லை. வீட்டில் மங்களத்தின் வேண்டாத விருந்தாளியான பாவனையால் அந்த விரிசல் விழுந்திருந்தது. அது சிவப்பிரகாசத்துக்கும் தெரிந்திருந்தது. மகாலிங்கமும் உணர்ந்திருந்தான். எப்போதாவது ரிம்கோர்டனில் சந்தித்து காஃபி ஒன்றுடன் உரையாடுவதுதான் அப்போது தொடர்ந்துகொண்டிருந் தது. மற்றும்படி முக்கியமான தகவல்களை அவர்களால் வேலைத் தலத்திலேயே பேசிக்கொள்ள முடிந்தது.

அவனுடன் அவர் பல விஷயங்களையும் திறந்த மனத்தோடு கதைத்திருக்கிறார். தனது மனைவியின் ஒதுங்குதல்களைக்கூட. அதற்கு மகாலிங்கம் ஒருபோது சொன்னது அவருக்கு நீண்ட நாட் களாக மறவாதிருந்தது. உங்களோட ஒதுங்கினாப் பரவாயில்லை, அண்ணை, வேறயிடத்தில அண்டாமலிருக்கேயெண்டு நிம்மதிப்படுங்கோ. இஞ்ச வீடுகளில நடக்கிற கிலுசகேடுகளக் கேட்டியளெண்டா...

உங்கட விஷயம் ஒண்டுமேயில்ல, அண்ணை.

அவர் அடங்கியிருக்க அவனது பேச்சும் ஒரு காரணம். ஆனால் ஒரு நடுத்தர வயதுக் கணவன்மனைவியிடையே இருக்கவேண்டிய சௌஜன்யம் அவர்களிடையே ஏன் அறுந்துபோனது என்பதுதான் அவருக்கு விளங்காமலிருந்தது. கணவன் மனைவியர் தனித்தனி அறைகளுள் வாழும் குடும்பம் கனடாவில் அவரதாக மட்டுமே இருக்கமுடியும். ஏன் அவ்வாறானது.

ஆயினும் பிள்ளைகள் வளர்ந்துவிட்ட நிலையில் அதை அவர் எவரிடத்தில் வழக்காக்க முடியும்.

கொஞ்சம் உணர்ச்சிவசப்படாமல் யோசித்திருந்தாரானால் அவரே ஒரு அனுசரணையான பதிலையடைய முடிந்திருப்பார். ஆனால் அவரது உணர்ச்சிவசப்பாடு அவ்வாறொரு மாறுதிசையின் இருப்பைக்கூட அவர் அறியமுடியாதபடி ஆக்கிவிட்டது.

தனது தனித்துவம் அல்லது ஆளுமைகளை ஊரில் பிரயோகிக்க மங்களம் வாய்ப்பே அற்றிருந்தவள். ஒரு வேலையின் சாத்தியம்கூட அங்கே அவளுக்கு அரிதாகவே இருந்தது. கல்வி பெண்களுக்கு முக்கியமானதாக அவளது சமூகத்தில் வற்புறுத்தப்பட்டும் இருக்க வில்லை. ஆகக்கூடுதலாக ஏ.எல். படிக்கிற அளவுக்கு அவளுக்கு தடையிருக்காதது அவளது அதிர்ஷ்டம். ஏ.எல். முதலாம் வருஷத்தில் அவளுக்கு கல்யாணம் நடந்தது அவளது துரதிர்ஷ்டம். அந்தளவு கல்வித் தகைமை தந்த ஓரளவான ஆங்கிலத் தேர்ச்சியில், ஒரு வேலை வாய்ப்பு குடியேறிய தேசத்தில் தன்னை எதிர்ப்பட்டபோது தன் கணவனின் விருப்பம் விருப்பமின்மைகளை உதாசீனம் பண்ணிக்கொண்டும் அந்தச் சந்தர்ப்பத்தை முழுமையாக அவள் பாவித்துக்கொண்டாள். அவள் அதில் தனித்துவமானவளாய் சுடர்விட்டெழுந்தாள். அந்த வடிவம் உற்பூதமாய் அவர் முன் வந்தபோது தனக்கு அடங்காதவளாக, தன்னை மீறுபவளாக, சுருக்கமாக அவளை வேறொருத்தியாகவே, அவரால் எண்ண முடிந்துவிட்டது. அவரால் அவளது மாற்றங்களை ஒரு கணவனாய் செரித்துக்கொள்ள முடியவில்லை; ஒரு ஆணாய் தாங்கிக்கொள்ள முடியவில்லை. அதனாலாலேயே தன்மீதான ஒரு யுத்தமாக அவளது நடத்தைகளை அவர் கருதநேர்ந்தது. இந்த உண்மைகள் அந்த மாற்றுத்திசையில்தான் இருந்திருந்தன.

அவர் அப்போதுகூட நேரம் கிடைக்கிற பொழுதுகளில் நடக்க வெளியே செல்கிறார். நதிக்கரையில் சோகமாக மிலாந்திக்கொண்டு நிற்கிறார். அதன் இருண்மையினை ஊடறுத்துப் பார்க்கிறார். அதன் மறைவுகளிலிருந்தும் சுழிவுகளிலிருந்தும் எழும் சலசலப்புகளைக் கேட்கிறார். தான் எப்போதும் தனியனாயில்லை அல்லது தனியனாய் பல தன்போல்கள் உண்டு என்ற எண்ணம் அவரது மனத்தை

உசும்ப வைக்கிறது. அவர் திராணி கொள்கிறார். தனியனாய் இல்லாமல் தனிமையைக் கொள்தலின்மூலம் அவர் ஓடும் புளியம் பழமும் போன்ற ஒரு சீரை குடும்பத்துள் அடைந்துகொண்டிருந்தார்.

அந்த நிலைமையில் நத்தாரிலிருந்து புதுவருஷம் வரையான குளிர்கால விடுமுறை தொடங்கியது. அதன் முதல்நாளான சனிக் கிழமை இரவில் அவருக்கு ஒரு தொலைவிட தொலைபேசி அழைப்பு வந்தது.

அப்போது அவர் தொலைபேசியிருந்த மேசையின் அருகிலேயே நின்றிருந்தார். வேலையிலிருந்து வீடு திரும்பியிருந்த மங்களநாயகி குளித்துக்கொண்டிருந்தாள். தொலைபேசி அழைப்பு இலங்கை யிலிருந்து வந்திருந்தது. அவரது தங்கை சிவசோதி பேசினாள். தமது இயலாமையைச் சொல்லி, செலவுக்குப் பணம் எதுவும் வேண்டாம், மகனை அங்கிருந்து கனடாவுக்கு எடுத்துவிட்டால் போதுமென்றாள். அவன் என்றாவது ஒருநாள் இயக்கத்தில் சேர்ந்து கொண்டு போய்விடுவானோவென்று பயமாக இருக்கிறதாய் அவள் சொல்லியதை அவர் நம்பினார்.

அவளுக்கு மட்டுமில்லை, அவருக்கும் அவனை அந்த நிலைமை யிலிருந்து மீட்டெடுப்பது அவசியமெனவே தெரிந்தது. பதினைந்து லட்சம் ரூபா கிடைத்தால் ஒரு மாதத்துக்குள் அவனைக் கனடா அனுப்பிவிட இலங்கையில் ஏஜன்சி இருப்பதும் நிஜம்தான். அவர் பதினைந்து லட்சம் இலங்கை ரூபாவுக்கு எவ்வளவு கனடா டொலர் வருமெனக் கணக்குப் பார்த்தார். சுமார் பதினேழாயிரம் டொலர்கள் தேவைப்படும். உடனடியாகத் திரட்டுவது சிரமம்தான். ஆனாலும் செய்யவே வேண்டும். சின்ன வயதிலிருந்தே மருமகன் ராஜேந்திரனின் குணவியல்புகளில் அவருக்கு வெகுவான பிடித்தம். கொழும்பில் வேலைசெய்த காலத்தில் விடுமுறைக்கு வீடு வரும் அவரைக் காண ஒருவித கூச்சத்தோடு வருவான். விறாந்தை நாற்காலியில் அமர்ந்து கொண்டு ஒரு வார்த்தை பேசாமல் கொடுத்த தேநீரைக் குடித்துக் கொண்டு இருப்பான். குடித்து முடிந்ததும், போட்டு வாறன், மாமா என்றபடி எழுந்துவிடுவான். இயக்கத்தில் அவன் சேராவிட்டா லும், இயக்கம் அவனைச் சேர்த்துக்கொள்ளும் சாத்தியம் அதிகமா யிருந்த அக் காலகட்டத்தில், அவனுக்கேதாவது ஆகி புருஷனையிழந்த தன் தங்கை அந்தரித்துப் போவதை தனது கரிசனமின்மையால் ஏற்பட அவர் விட்டுவிடக்கூடாது.

'நம்பிக்கையான ஏஜன்சியோ' என்று கேட்டார்.

'எங்கட மாசிலாமணி அண்ணற்ர மோன்தான் கொழும்பில நிண்டு செய்யிறான். பயப்பிடத் தேவையில்லை.'

'ம்.'

அது அவர் சம்மதித்ததன் அத்தாட்சியென்பதை சிவசோதி அறிந்தாள். ‘காசனுப்ப கனநாள் ஆகுமோ, அண்ணை. கெதியில எண்டாத்தான் இப்ப றூட் ஓடுற நேரத்தில செய்ய வசதியாயிருக்கு மாம்.’

‘உடனயெண்டு கேட்டா எப்பிடிச் சோதி. ஆரிட்டயும் மாறித்தான அனுப்பவேணும். தெண்டிச்சுப் பாக்கிறன்.’

‘இனி நான் எப்ப போனெடுக்க, அண்ணை.’

அவளது விசும்பல் தணிந்து வந்திருந்ததை அவர் உணர்ந்தார். அவரது அந்தக் கேள்வி சம்மதத்தின் அர்த்தத்தைத்தான் கொண்டிருந் தது. அவர் பண உதவி செய்த கனடாவிலிருக்கும் நண்பர்கள் அவரைக் கைவிட்டுவிட மாட்டார்கள். இல்லாவிட்டால் வங்கிக் கடன் எடுத்தேனும் அந்த உதவியை தனது தங்கைக்கு அவர் செய்தாகவேண்டும்.

‘உன்னிட்ட போன் இல்லையெண்டது எனக்குத் தெரியும். பக்கத்தில தெரிஞ்ச வீட்டுப் போன் நம்பர் எதாலும் இருந்தாத் தா’ என்று கேட்டார்.

அவள் சொல்ல முன்னாலிருந்த ஒரு சஞ்சிகையில் அதை எழுதினார். ‘நீ ஒண்டையும் யோசியாத, சோதி. மாறித்தான் அனுப்ப வேணும். ஆனால் அனுப்புவன்.’

‘அவன் அங்க வந்து உழைச்சு அந்தளவு காசும் திரும்பக் கட்டுவானண்ணை.’

‘அதெல்லாம் பிறகு பாப்பம். உனக்கு நான் எதுவுமே செய்யேல்லை இண்டைவரைக்கும். அது நான் உனக்குச் செய்த உதவியாய் இருக்கட்டும்.’

அவர் போனை வைக்க நிலைகுத்தி அவரையே பார்த்தபடி நின்றிருந்தாள் மங்களம். ‘ஆர் போனில.’

‘சோதி.’

‘காசு கேட்டிருப்பாபோல?’

அவர் ஒன்றும் சொல்லவில்லை.

தனது அறைக்குள் சென்ற மங்களம் உடை மாற்றினாள். பக்கத்து அறைக்குப் போனாள். பிள்ளைகளோடு பேசிக்கொண்டிருந்தாள். அவள் எரிந்துகொண்டிருந்ததின் வெப்பம் வெளியே வந்து கொண்டிருந்தது.

அவர் பொருட்படுத்தவில்லை. அவள் தனது தங்கைமாருக்கும், வேறு உறவினருக்கும் அனுப்பிய தொகைகளில் இன்னொரு வீடே வாங்கியிருக்கலாம். அவர் எதுவும் சொன்னதில்லையே.

சிவப்பிரகாசம் ஏற்கனவே சாப்பிட்டு முடிந்திருந்தது. தனது அறைக்குச் சென்று படுத்துக்கொண்டார். தூக்கத்தில்கூட மங்கள நாயகி உதிர்த்த சொற்களின் உஷ்ணத்தை அவரால் உணரக்கூடியதாய் இருந்தது.

மறுநாள் மங்களநாயகி வெகு தாமதமாகவே எழும்பினாள். அவளுக்குச் சிறிது முன்பாகத்தான் பிள்ளைகள் எழுந்து முகம் கழுவுவதும், சாப்பிடுவதுமாய் இருந்தன. இடியப்பம் தோசை பிட்டு என்றில்லை, பாண் ஓம்லெற் சொசேஜ் என்றுதான் இப்போது அவர்களது காலை ஆகாரம். சைவ உணவுப் பழக்கம் பிள்ளைகள் அளவில் சிங்கப்பூரிலேயே முடிந்திருந்தது.

வெளியே வேலையிருக்கு என்று சொல்லிக்கொண்டு மதியமளவில் மங்களம் ஆயத்தமாகி வந்தாள். 'பின்னேரம் அஞ்சு மணிபோல வருவன். நிப்பியளோ, வெளிக்கிட்டிடுவியளோ' என்று அவரை நோக்காமலே கேட்டாள்.

அவர் தொலைக்காட்சியில் பதித்திருந்த பார்வையை மீட்டு அவளை ஏறிட்டபடி, 'ஏன்' என்றார்.

'கிறடிட் கார்ட் வேணும். நானும் பிள்ளையளும் உடுப்பெடுக்க பின்னேரம் கடைக்குப் போறம்.'

'சேல்ஸ் போட்டோடன போகாட்டி செலக்ஷன் இருக்காதெண்டு ரண்டு கிழமைக்கு முந்தித்தான ஐநூறு அறுநூறு டொலருக்கு இழுத்துக்கொண்டு வந்தியள். இப்பவும் கேட்டா...? வேணுமெண்டா உன்ர கார்ட்டில வாங்கு.'

அவ்வளவு நேரமும் வேறு யாரோடோவோபோல் எங்கேயோ பார்த்துப் பேசிக்கொண்டிருந்தவள், அவரை நேர்நோக்கித் திரும்பினாள். 'தங்கச்சிக்குக் குடுக்க வேணும்போல?'

அவருக்கு அவளது கோபம் விளங்கிற்று. ஆனால் பணிந்து போய்விட முடியாது. சோதிக்கு பணம் அனுப்புகிற பேச்செழுந்த கையோடு கார்டைக் கொடுத்தால் உடுப்புகள், நகைகள் என்று வாங்கி அதை வெறுமை ஆக்கிக்கொண்டுதான் வருவாளென்று அவருக்குத் தெரியும். அவளது கோபத்தைத் தெரிந்தவருக்கு கோபம் இல்லை. ஒரு நகைப்புத்தான் வந்தது.

அந்த நகைப்பு அவளைச் சினப்படுத்தவில்லை, எரித்தது. ஆனாலும் எரியாமல் நின்று அவரைப் பார்த்துக்கொண்டிருந்தாள்.

மீண்டும் தொலைக்காட்சியின் பக்கம் திரும்பிக்கொண்டு அவர் சொன்னார்: 'குடுக்கத்தான வேணும். இஞ்சை வந்து பத்து வருஷமாகுது. அவளுக்கெண்டு என்ன செய்தன். இஞ்ச இருக்கிறதுகள் உடன்பிறந்ததுகளயும் சொந்தங்களயும் கையில வைச்சுத் தாங்குதுகள்.

ஏன், உன்ர சொந்தக்காறருக்கு நீ அனுப்பேல்லை. நான் ஒண்டும் சொல்லேல்லையே அப்பெல்லாம். காணும் காணததுக்கு நானும்தான தந்தன். அவளுக்கு அனுப்பினா ஒண்டும் குறைஞ்சிடாது.'

'அப்ப, எங்களைவிட உங்களுக்கு உங்கட சொந்தம்தான் பெரிசுபோல.'

'அப்பிடி நீ நினைக்கிறதெண்டா நினைச்சிட்டுப் போ. எனக்கு சகோதரம் சொந்த பந்தம் எல்லாம் வேணும்.'

அவர் தொலைக்காட்சிப் பெட்டியின் சத்தத்தை மெல்ல அதிகரித்தார்.

அவரளவில் அந்தப் பிரச்சினை முடிந்தது.

ஆனால் அந்தப் பிரச்சினை தன்னளவில் முடியவில்லைப்போல் அவரையே விறைத்துப் பார்த்தபடி நின்றுகொண்டிருந்தாள் அவள். முதல்நாள் இரவில் அவளது சொற்களின் வெம்மையைப்போல் அப்போது அவளது கண்களின் கதிர்வீச்சை உணர்ந்தார். திரும்பிப் பாராமலே கண்கள் சிவந்து முகம் விகாரமாகி மேலே சொல்ல வார்த்தைகளற்று அல்லது வாயில் வந்த வார்த்தையின் அனுசிதத்தை எண்ணி விழுங்கியபடி ஓர் அவதியில் அவள் நின்றுகொண்டிருப்பதை மானசீகமாக அவரால் காணமுடிந்தது.

'சரி பாப்பம்' என்றாள். திரும்பினாள். சிறிதுநேரத்தில் வெளியே வேன் இரைந்து கேட்டது. தார்போட்ட பார்க்வேயில் ரயர்கள் சர்ர்ர்ரிட்டன. மங்களநாயகி போய்விட்டாள்.

அது இறுதி யுத்தமல்ல என்பது அவருக்குத் தெரிந்தது. அன்றைக்கோ, மறுநாளோ, அதற்கும் அடுத்த நாளோ அல்லது அந்த கிறிஸ்துமஸ் விடுமுறைக் காலம் முடிவதன் முன்னமோ ஒரு யுத்தம் இருக்கப்போவதையே வேனை அவள் எடுத்துச்சென்ற வேகம் காட்டியது.

சிவப்பிரகாசம் நெடுமூச்சொன்றை விட்டுக்கொண்டார்.

9

சிவப்பிரகாசம் வழக்கத்துக்கு அதிகமான மனச்சோர்வடைந் திருந்தார். பனி கொட்டியிருந்தது நத்தாருக்கு. அம்பாரமாய் வீதியோரங்களிலும், வீட்டு நடைபாதைக் கரைகளிலும் குவிந்திருந்தது. நத்தாரை ஒரு வெண்நத்தார் எனக் கூறுமளவிற்கு பனி எங்கும் விரிந்து கிடந்தது.

குளிரின் ஆகக் கூடிய தன்மைகளை கிணற்று நீரிலும், தை மாசி மாதங்களின் அதிகாலைப் பனியிலும்மட்டும் கண்டிருந்த வறண்ட நிலத்து மக்களுக்கு, பனியை அவ்வளவாகப் பிடிப்பதில்லை.

அதை ரசிப்பதற்கான மனநிலையும் பெருமளவு இருப்பதில்லை. பனியை ரசிப்பதற்கு ஒரு நுண்மையான மனம் வேண்டியிருக்கிறது. சிவப்பிரகாசம் வறள் நிலத்து மனிதரேயானாலும் அவருக்கு அந்த மனம் இருந்தது.

வெகுகாலம் அவர் கனடாவில் வாழ்ந்திருக்கவில்லை. ஆனாலும் மணிக்கணக்காய் பனிப்பொழிவின் அழகை, விரிந்த வெளியில் எங்கும் அதன் படர்வை கண்டபடி இருந்திருக்கிறார்.

வேகமான காற்று வீசாத தருணத்தில் மேலிருந்து உதிர்ந்து பூமியிலும் மரங்களிலும் மற்றும் திடங்களிலும் படிவதற்கு முன்னான பயணப் பாதையில் பனியின் சஞ்சாரம் அவருக்கு மிகவும் பிடிக்கும். மழைத் துளி ஏந்தும் குழந்தைபோல் அவர் கைநீட்டி நின்று பனித் தூவல் பிடிக்க நேரமறுந்து நின்றிருக்கிறார்.

கனடாவில் மழை நாள்களும் அவருக்குப் பிடிக்கும். வசந்தத்திலும் கோடையிலும் இலையுதிர்விலும் எப்போதும் அது வரும். அதனால்தான் மனிதர் வேலைக்குச் செல்லுகையில் தவிர கடைத் தெரு, நடை எனப் புறப்படும் எந்தச் சமயத்திலும் குடையெடுத்துச் செல்வதில்லை. அவர் அதை மழையில் நனைவதற்கான ஒரு வாய்ப் பாகக் கருதியிருந்தார்.

அந்த வாரத்தில் முதலிரு நாள்களில் இல்லாத அளவுக்கு மங்களநாயகி அந்தப் புதன் கிழமை மாலையில் மிக இனிமையான மனநிலையில் இருந்திருந்தாள். அன்று நேரத்தோடு அலுவலகத்திலிருந் தும் திரும்பியிருந்தாள். திரும்பும்போது சமையலுக்குத் தேவையான சாமான்கள் வாங்கிக்கொண்டு சிரித்த கண்களும் முகமுமாய் வீட்டுக்கு வந்த அந்தத் தோரணை கடந்த சில நாள்களாக அவளில் காணப் பட்டிருக்கவில்லை.

அவளது போக்குகளை அவரால் உணர்ந்திருக்க முடியும். அதை விட வேறுமாதிரி அவளால் ஒழுகியிருக்க முடியாது. வாழ்வு எந்தச் சிந்தனையில் ஆதாரம் கொண்டிருக்கிறது என்பதிலிருந்து மனிதர்களின் ஒழுகலாறும் வாழ்முறைகளும் பிறக்கின்றன.

பிரிட்டிஷ் கொலம்பியாவில் தங்கம் கண்டுபிடிக்கப்பட்ட பத்தொன்பதாம் நூற்றாண்டின் நடுப்பகுதியிலிருந்து சீன மக்களின் வருகை கனடாவில் மிகக் கணிசமான அளவில் இருந்திருக்கிறது. உண்மையில் கனடியன்பசுபிக் ரயில் பாதை அமைப்பதற்கு குறைந்த ஊதியத்தில் கூலிகளை அமர்த்தும் திட்டத்தில்தான் அவர்கள் அதிகமாக இறக்குமதி செய்யப்பட்டார்கள்.

நாளுக்கு ஒரு டொலர் ஊதியமென்ற பேரத்தில் வந்திறங்கிய அவர்களுக்கு, நாளாக ஆக வருடத்துக்கு நாற்பது டொலர்கள் வழங்கப்பட்டது மட்டுமில்லை, அவர்களே தங்கள் தங்குமிடம்

உடை உணவு ஆகியவற்றினதும், தொழில்புரிவதற்கான உபகரணக் கொள்வனவுகளினதும் செலவுகளைப் பொறுக்கவேண்டியவர் களாயினர். அவர்களது வாழ்நிலை சொல்லுந்தரமாயிருக்கவில்லை. அவர்கள் வேண்டாத, ஆனால் தேவையான, மனிதர்களாக மட்டுமே வெள்ளையினத்தால் கருதப்பட்டனர்.

'போர்ட் மூடி கசெற்' ஒருமுறை இவ்வாறு எழுதியது: 'மங்கோலிய இனத்தவரது இந்த வருகை நமக்குத் தேவையாக இருக்கிறது. அதனால் அவர்களது பெருமளவிலான வருகையை நாம் அனுமதிக் கிறோம். ஆனால், வெள்ளையினத்தவருடன் அவர்கள் கலந்துகொள் ளாதவாறு நாம் பார்த்துக்கொள்ள வேண்டும். உலக சகோதரத்துவம் பற்றி பிரஸ்தாபிக்கப்படுகிறதுதான், ஆனால் தோற்ற ஒருமை இனங்களுக்களுகிடையிலான சமத்துவமாக இருந்துவிட முடியாது.'

பதினான்கு பெருவெள்ளங்களையும், ஏழு சூறாவளிகளையும், நான்கு பூகம்பங்களையும், இரண்டு கடுவறட்சிகளையும், நான்கு பிளேக் நோய்க் காலங்களையும், ஐந்து பஞ்சங்களையும் கண்டிருந்தவர் கள் அந்த மக்கள். நாளுக்கு ஏழு சதங்கள் மட்டுமே தங்கள் நாட்டில் கூலியாகப் பெற்றுக்கொண்டிருந்த அத் தொழிலாளர்களுக்கு, முந்நூறு டொலர்களுடன் நாடு திரும்புவதே கனவாக இருந்தது. அந்தக் கனவையும் அடித்து நொறுக்கியது புதியநிலைமை. மேலும் வருகை தருபவர்கள் தலைக்கு ஐம்பது டொலர்கள் இறங்குவரி செலுத்த வேண்டியும் ஆனது. திரும்பிச் செல்வதற்கும் அதேயளவான வரித் தொகை செலுத்துதல் பின்னால் கட்டாயமானது.

வெள்ளையினத்தவரின் இனவாரியான வெறுப்பையும், வாழ்வுரீதி யான வறுமையையும் சுமந்திருந்தபோதும் அந்த மக்களின் இருத்தல் அவர்களது மனோபலத்தினாலேயே சாத்தியமானது. அவர்களது கன்பூஸியஸ் தத்துவச் சிந்தனையிலான வாழ்முறை இவற்றையெல் லாம் எதிர்கொள்ளும் பலத்தை அவர்களுக்குக் கொடுத்ததாக வரலாறு சொல்கிறது.

அவ்வாறான ஒரு சிந்தனை மரபு இலங்கைத் தமிழர்களுக்கு இருந்திருக்கவில்லை. 'நூற்றுக்கு மிஞ்சினால் ஊற்று' என்ற பழமொழி எத்தகைய சமூகத்தில் உருவாக முடியும். 'கோழி மேய்த்தாலும் கொறணமேந்து வேலை' என்பது எவ்வகை வாழ்வியலைப் பின்புல மாகக் கொண்ட சமூகத்தில் சுழித்தெழுகிறது. அந்தச் சமூகத்திலிருந்து உருவானவர்கள்தான் சிவப்பிரகாசமும், மங்களநாயகியும். அந்தச் சமூக சிந்தனை அவர்களை இயக்குகிறது. அதன் வழியிலேயே அவர்களது யோசிப்பும் செல்லும். அது ஐம்பது ஆண்டுகள் கனடா வில் வாழ்ந்துவிட்டால்கூட அவர்களிடத்தில் மாற்றங்கண்டுவிடாது.

அவர்களுக்குள்ளான முரண் இந்தப் புள்ளியிலிருந்துதான்

துவங்குகிறது. சிவப்பிரகாசம் நொந்தது இந்த இடத்திலேதான். அவளைத் தனது காமத்தின் வடிகாலாக ஊரில்போலவே கனடாவிலும் நினைத்தார் அவர். அவள் மாறினாள். அவர் மாறவேயில்லை. அது தவிர்க்கவியலா ஒரு விலகலை இருவரிடையிலும் அவர்கள் அறியாவண்ணம் ஏற்படுத்தவே செய்யும்.

அந்த புதன்கிழமை மாலையில் குளிரினையும் பொருட்படுத்தாமல் அவர் நடந்துவிட்டு வீடு வந்தபோது மங்களம் வீட்டில் நின்றிருந்தாள். முகம் மலர்ந்திருந்தது. அவரைக் கண்டபோது மெல்லச் சிரிக்கவும் செய்தாள். அந்தச் சிரிப்பின் அர்த்தத்தை கடந்தகால அனுபவங்களினூடாக அலச அவரது உடல் சிலிர்த்தது. அவள் அன்றைக்கு மிக அழகாகவும் தோன்றினாள்.

அவர் குளித்து வந்தார். சாப்பிட்டார் எல்லோருடனும். பிள்ளைகள் படுக்கச் செல்ல, சோபாவில் இருந்து தொலைக்காட்சி பார்த்துக்கொண்டிருந்தார். பதினொரு மணிக்கு மேலே ரி.வி.ஐ தொலைக்காட்சியில் பழைய தமிழ்ச் சினிமா ஒன்று போக ஆரம்பித்தது.

எண்ணெய் படர்ந்திருந்ததுபோல் மனதெல்லாம் ஒரு சுகப் பிசுபிசுப்பு. என்னவிருந்தாலும் அவளும் ஒரு பொம்பிளைதான என்ற தன் ஆச்சரியங்களுக்கான விடையில் அவரது மனம் நிதானமடைந்தது. அப்போது விசேஷ ராத்திரிக்கான வழக்கத்தில் மங்களம் அவரருகே சோபாவில் வந்தமர்ந்தாள்.

மெய்கள் நெருங்கி அவர் உயரத் துவங்கியிருந்த சமயத்தில் கையால் ஒரு தடுப்புவேலி போட்டுக்கொண்டு மங்களநாயகி சொன்னாள்: 'சோதியும் பாவம், எதாவது செய்யத்தான வேணும். ராசேந்திரன வெளியில அனுப்ப கேக்கிறாபோல. ஒரு நாலாயிரம் ஐயாயிரம் அனுப்பினால் காணும்தான. எங்களுக்கும் தீவாளி தைப்பொங்கல் சித்திரை வருஷமெல்லாம் மறந்துபோச்சு. பிள்ளை யளுக்காண்டி நத்தாரையும் வருஷத்தையும்தான இப்ப கொண்டாடத் துவங்கியிருக்கிறம். அதுகளுக்கெண்டு வேற எந்தச் சொந்தம் இஞ்சயிருக்கு ஒரு கொண்டாட்டத்துக்கெண்டான்ன. அதாலதான் அண்டைக்கு அப்பிடி அவசரப்பட்டு உங்களோட கதைச்சிட்டன். சோதிக்கும் வேற ஆரும் துணையில்லை. நாளை நாளையிண்டைக்கு பாத்து எதாவது அனுப்பியிடுங்கோ.'

அவர் உச்சத்திலிருந்தபடியே, 'நேற்று அனுப்பியிட்டன்' என்றார்.

மங்களநாயகி அந்தக் கணமே ஒரு அங்குலமளவுக்கு ஆகிருதியில் சுருங்கினாள். அந்தத் திடீர் வெளியை அவர் உணர்ந்தார். வேண்டாத வேளையிலான கேள்விகள். உச்சம்பெறும் உணர்வுகளினூடாக தன் காரிய சாத்தியங்களுக்கான அணுகுதல். அதெல்லாம் நாளைக்குக் கதைக்கலாமென அவரால் சொல்லியிருக்க முடியும். அந்தளவுக்கு

பாதி வெறும்மேல் ஆனவள் பாய்ந்து விலகியிட மாட்டாள். ஆனாலும் அவர் பதில் சொல்லிக்கொண்டிருந்தார்.

'எவ்வளவு.' அவள் கேட்டாள்.

'பதினேழாயிரம்.'

ஒரு முழ இடைவெளி விழுந்தது அவர்களுக்குள்.

காமத்தை ஊட்ட வந்தவள், காதகிபோல் பின்வாங்கினாள். 'எங்கயிருந்து...'

'ராமநாதனிட்டை கடன் வாங்கின்னான்.'

'உங்களுக்கென்ன விசரே பிடிச்சிருக்கு' அவள் பாய்ந்தெழும்பினாள். எழும்புகையில் உடுப்பை வறுகியெடுத்து ஒழுங்குபடுத்தினாள். 'பதினேழாயிரம்.... கட்டிமுடிக்கவே எவ்வளவு காலம் செல்லும். என்ரை பிள்ளையளயும்கொண்டு நான் எங்க போய்த் துலைய. என்னால அண்டலிக்கேலாதப்பா... என்னால அண்டலிக் கேலாது இதெல்லாம்' என்று கத்தியபடி அறைக்குள் செல்ல முயன்றாள்.

'நில்' என்று அதிர்ந்தார் அவர்.

அது சிவப்பிரகாசமில்லை. அது ஓர் உணர்வின் வடிவமாக இருந்தது. காமம் உணர்வாக இருக்கையிலேயே காட்டமானது. அது வடிவமே எடுத்துவிட்டால்...?

'இதுக்குத்தான் இவ்வளவு காலத்துக்குப் பிறகு பக்கத்தில வந்திருந்து ஊசியளக் கழட்டியிட்டு இருந்தனியோ.' தாவி அவளது தலைமயிரைப் பற்றினார்.

'எடுங்கோ கையை.' அவள் அவரது கையை உதறினாள்.

மேலே அவர் தன்னிலை மறந்தார். படபடவென விளாசினார். அவளது முகத்தின் திரவத் தெறிப்புகள் அவரிலும் விழுந்தன.

மங்களம் கூச்சலிட்டாள்.

பிள்ளைகள் எழுந்து அறைவாசலில் நின்று மிலாந்திக்கொண்டிருந்தன. சுகந்தன் தனியாக தனது அறை வாசலில்.

அவர் சன்னதம் பூண்டிருந்தார். மங்களம் அறைக்குள் சென்றுவிட்டதனால் இன்னும் மீதமாயிருந்த தன் கொதிப்பை அடக்க முடியாமல் அவர் பதறினார். சின்ன மேசையிலிருந்த பூச்சாடியை எடுத்து நிலத்தில் கடாசினார். அது துள்ளியெழுந்து மறுபடி ஏதோவொன்றை இடறி விழுத்தி ஒலிக் களேபரம் செய்தது.

அடுத்தடுத்த வீடுகளில் விளக்குகள் திடீரென எரிய ஆரம்பித்தன.

அது அவர் இல்லை. அந்தமாதிரி என்றும் அவர் நடந்தவரில்லை. அவர் தன்னை ஆசுவாசப்படுத்த முயன்றபடி சோபாவில் அமர்ந்தார்.

எவ்வளவு மோசமாக தான் நடந்துவிட்டோமென சிறிதுநேரத்தில் அவருக்குத் தெரிந்தது. அதை அவர் உணர்ந்த கணத்தில் வீட்டின் முன்னால் வேகமாக வந்த இரண்டு வாகனங்கள் நின்றன. அவற்றின் நீல சிவப்பு சுழல் வெளிச்சம் கண்ணாடி ஜன்னலுக்கூடாக மின்னியது.

சிறிதுநேரத்தில் கதவு மணி அடித்தது.

அதிகாரத்தின் அதிர்வொலியாக அது இருந்தது.

சிவப்பிரகாசம் சென்று கதவைத் திறந்தார்.

பொலிஸ்காரர்.

யார் தொலைபேசி செய்ததென்ற அவர்களது வினவலுக்கு அவர் மிலாந்த, மூத்தவள் மாலினி வந்து பொலிஸ்காரர் முன் நின்றாள்.

தாயாரை தந்தை அடித்ததால் போன் செய்ததாக அவள் சொல்லிக் கொண்டிருக்கையில் அறைக்குள் நின்றிருந்த மங்களநாயகி வெளியே வந்தாள்.

அவள் எதுவுமே சொல்லவேண்டி இருக்கவில்லை. அவளது முகம் கொண்டிருந்த கோலம் எல்லாக் கதைகளையும் சொல்லியது. மருத்துவ உதவி தேவையாவெனக் கேட்டபோது வேண்டாமென்று விட்டாள். பின் அவளையும் தனியாக விசாரித்தது பொலிஸ். அவரும் தன் பங்குக்கு சமாதானங்களைச் சொல்லினார். எந்த இணக்கமும் காணப்படவில்லை. அவரோடு அந்த வீட்டிலிருக்க தனக்குப் பயமாக இருக்கிறதென மங்களநாயகி சொன்னதோடு எல்லா விசாரணையும் முடிந்தது.

வழக்கத்தைவிடவும் சாதுவான ஒரு மனிதராக, பின்புறமாய் கைகளில் இட்ட சங்கிலி வளையங்களின் அலங்காரத்துடன் அவரை பொலிஸ் வேனில் ஏற்றிச் சென்றது.

ஒருநாள் இரவு முழுவதும் காவல்நிலையத்தில் வைத்திருந்து மறுநாள் மதியத்தில் மங்களநாயகியும் வந்தபின் இனிமேல் மனைவி பிள்ளைகளின் அந்த வீடு செல்லக்கூடாதென்று அவருக்கு கண்டிப்பு இடப்பட்டது. அப்படியானால் அது அவர்களுடைய வீடா என்றார் அவர். அது விற்கப்படுகிறபோது மட்டும் அவருக்குப் பாதிப் பங்கிருக்கும். அதுவரை மனைவி பிள்ளைகளுடையதுதான் என விளக்கியது பொலிஸ். சட்டத்தைக்கொண்டு வாதாடலாம். சட்டத் தோடேயே வாதாடுவதெப்படி. அவர் சம்மதித்தார்.

இரண்டு பொலிஸ்காரர் கூட்டிவந்து அவர் தன் துணிமணிகளை எடுத்துக்கொண்டு வெளியே வரும்வரை காத்திருந்துவிட்டு அகன்றனர்.

ஜன நடமாட்டமிருந்த அந்த இருட்டுகிற வேளையில் தன்னந் தனியனாய் வீதியிலே நின்றுகொண்டிருந்தார் சிவம்.

10

அது மெய்யாகவே சொல்லமுடியாத அவலமும் அவமானகரமு மான நிலைமைதான். பாரமான அந்த சூட்கேசுடன் பஸ் எடுத்து மக்கோவன் பிஞ்ச் சந்திப்பிலுள்ள வுட்சைட் கடைத்தொகுதிக்கு வந்த சிவப்பிரகாசம் மகாலிங்கத்துக்கு பூத்திலிருந்து தொலைபேசி பண்ணியபோது அவன் வீட்டிலிருக்கவில்லை. வந்தவுடன் அவனுக் காக தான் கடைத்தொகுதியில் காத்திருப்பதைச் சொல்லும்படி அவனது மனைவியிடம் கூறிவிட்டு போனை வைத்தபோதும் அவலத்தின் ஒரு சிறிய அளவும் குறையாமலே அவர் இருந்தார்.

அது முன்னிராக் காலமானாலும் கடைத்தொகுதி திறந்திருந்தது. கொண்டாட்ட காலமானதால் எட்டு மணிக்கு அதை அடைப் பார்கள். அதற்குள் மகாலிங்கம் வரவேண்டுமேயென்ற பதைப்போடு காத்திருக்கையில், தன் அநாதரவை எண்ணிய அவருக்கு அழுகைவரப் பார்த்தது. அடக்கிக்கொண்டு குலுங்கினார். புதுவருஷ கால குதூகலங்களுடன் சில தமிழ்க் குடும்பங்கள் அவரைக் கடந்து போய்வந்துகொண்டிருந்தன. பிள்ளைகள் கொண்டிருந்த மகிழ்ச்சியும், கணவன் மனைவிக்கிடையிலிருந்த சௌஜன்யமும் எந்தக் காலத்திலுமே தான் வாழ்ந்ததில்லைப்போன்ற வெறுமையை அவரில் விழுத்தியது. ஒரு கணத்தில் கூடிவாழ்ந்த உறவு, இருந்த வீடுவென எதுவும் இல்லாமல்போவதின் அர்த்தம் அதுதான்.

இலங்கையில் இருந்தபோதும் அவர் ஓர் அரசாங்க உத்தியோகத் தனாய் நிறைந்த சம்பளம் பெற்றுக்கொண்டிருந்தவர். கனடாவிலும் வந்து சிறிது காலத்துக்குள்ளேயே அவருக்கு நிறைவான சம்பளத்தோடு வேலையொன்று கிடைத்தது. புத்தகங்களுக்காகத் தவிர வேறு வெளிச் செலவுகள் இல்லாமல் பணத்தை பவுத்திரமாக பொத்திப் பொத்திச் சேர்த்துத்தான் பிள்ளைகளையும் மனைவியையும் அங்கே அவர் வரவழைத்தார்; வீடு வாங்கினார்.

அதையே ஒரு முழுவாழ்வாக எண்ணியதில்தான் அப்படியெல் லாம் அவரால் இயங்க முடிந்திருந்தது. அப்போது தெரிந்தது, அது முழுவாழ்வாக இருக்காதது மட்டுமில்லை, வாழ்வாகவே இருக்கவில்லையென்பது. அவர்களுக்கான அத்தனை சிரமங்களின் மேலான யுத்தத்தையும் அவர்கள் உதாசீனப்படுத்தியிருக்கிறார்கள். தனக்கென ஒரு செல்போன்கூட இல்லாதிருந்த மனிதர் அவர். மங்களநாயகியை விட்டாலும், ஒரு பிள்ளைகூட அப்பாவை வீட்டை விட்டு அனுப்பவேண்டாமெனச் சொல்லவில்லையே.

அவர் கலங்கியிருந்த கண்களைத் துடைத்தார்.

கடைத்தொகுதி அடைக்கும் நேரத்துக்குள் மகாலிங்கம் வராதிருந் தால் வெளியே நின்று அந்தக் குளிரில் விறைத்துச் சாவதா நடக்கப்போவது. மகாலிங்கம் அதற்குமேலாக அவலத்தில் அவரை அழுந்த விடவில்லை.

மகாலிங்கம் வந்ததும், விபரம் சொன்னார். இரக்கத்தோடிருந்து எல்லாவற்றையும் பொறுமையாகக் கேட்டவன், அப்போது உடனடியாக வீடு அல்லது அறை எதுவும் தேட முடியாதெனவும், அதுவரை தன்னோடேயே தங்கலாமென்றும் கூறி வீட்டுக்கு அழைத்துச் சென்றான். மனக் கிலேசத்தை ஒரு தோளில் சுமந்துகொண்டு கூடிச் சென்றார். அவனது வீட்டில் அவருக்கு வரவேற்பிருப்பதை முன்பேயும் அவர் அறிந்தவர்தான். அவனது மனைவி தன் சொந்த அண்ணனைப்போல உறவு பாராட்டினாள். அன்று தொலைபேசி எடுத்தபோதுகூட அவரது குரலிலிருந்த பதற்றத்தைக் கவனித்துவிட்டு, எதாவது பிரச்சினையே அண்ணை, எங்க நிக்கிறியள் இப்ப, அவர் வர நேரஞ்செண்டால் நேர இஞ்சையே வாருங்கோவன் என்று ஆதரவு காட்டினவள் அவள்.

மகாலிங்கம் வீட்டிலே அவருக்கு இரண்டு நாட்கள் தங்க நேர்ந்தது. கொண்டோமினியம் ஒன்றில் சிறிய வீடொன்று கிடைத்து மூன்றாம் நாள் குடியிருக்கச் சென்றபோது மகாலிங்கம் குடும்பமாகவே வந்து பால் காய்ச்சி எல்லா நடைமுறைகளையும் செய்துவைத்தான். புதுவருஷத்தன்று சமைக்கவோ கடையில் எடுக்கவோ வேண்டாமென்று மகாலிங்கத்தின் மனைவி அவரை வீட்டுக்கு சாப்பிட வரச்சொல்லிவிட்டாள். அவ்வாறான அன்புகளெல்லாம் ஓர் ஆசீர்வாதத்தில்தான் தனக்கு மிக மலிவாகக் கிடைத்திருப்பதாக அவர் அப்போது மனமுருகினார்.

ஜனவரி இரண்டாம் திகதி அவர் வழக்கம்போல் வேலைக்குச் சென்றார். மாலையில் திரும்பிவந்து ஜன்னலோரம் நின்றபோதுதான் நீளக் கிடந்த மரக்கூடலின் உள்ளே நெளிந்துநெளிந்து ஓடிக் கொண்டிருந்த நதியின் இருப்பைக் கண்டார். நல்ல சில மனிதர்கள் மட்டுமில்லை, அந்த நதிகூட ஒரு வாரப்பாட்டோடு தன்னைத் தொடர்ந்து வந்துகொண்டிருப்பதாய் அவர் அந்தக் கணத்தில் நினைத்துப் புல்லரித்தார்.

அந்த கொண்டோமினியத்துக்கு வந்து ஆறு மாதங்களின் பிறகு ஐந்து வருஷ பாவிப்பிலிருந்த ஒரு ஜிஎம்சி வேனையும் அவர் வாங்கிக்கொண்டார்.

அவர் என்றுமே வாகனமோட்டத் தெரிந்திருந்தவரில்லை. மங்களநாயகி வீட்டைவிட்டுத் துரத்திய பின்னாலேதான் வாகன மோட்டப் பயிற்சியும், சாரதி லைசென்ஸ்சும் எடுத்தார். அவள் கிரீச் கிரீச்சென சத்தமெழும்படி அவ்வளவு விரைவாக வேன் ஓடும்போது, தான் சாதாரண வேகத்திலாவது ஓடவேண்டு மென்று அவர் நினைத்தார். அது ஒரு வீம்பு. ஆனாலும் கனடாவில் அவசியமான வீம்புதான்.

ஒருநாள் ஒட்டோவாவிலிருந்த அவரது தங்கை சோதியின் மகன் ராஜேந்திரன் அவரை தொலைபேசியில் அழைத்துப் பேசினான்.

தனியே இருக்கிற மாமாவை நேரில் பார்த்துப் பேச வசதி குறை வென்றால், போனிலாவது அடிக்கடி சுகம் விசாரிக்கும்படி தாய் சொல்லியிருப்பதைச் சொன்னான். அவர் ஏன் ஒரு வீட்டை வாங்கிக் கொண்டு வேறோர் இடத்துக்குப் போகக்கூடாதென்ற ஆலோச னையை அவன் அன்றுதான் சொன்னான்.

மகாலிங்கத்தோடு கலந்தாலோசித்ததின் விளைவுதான் மார்க்கத்தில் ஹைவே 7க்கு கிட்ட அல்பேர் கிறசென்றில் வங்கி ஈட்டுக் கடனெடுத்து அவர் வாங்கிய ஒரு மில்லியன் டொலர் பெறுமதியான அந்த 18ஆம் எண் வீடு.

சரிவுகள் தொடங்கிய காலத்தின் பரப்பில் சஞ்சாரம் செய்து கொண்டிருந்த சிவப்பிரகாசம் நிகழுலகின் சமாந்திரத்திற்கு வந்தார். நதியின் மடியில் தான் அமர்ந்திருப்பதும், மக்கோவன் சாலையில் வாகனப் போக்குவரத்தின் பேரிரைச்சல் எழுந்து விட்டிருப்பதும் பிரக்ஞைகொண்டார். எதிரே 18ஆம் எண் வீடு நான்கு படி உயரத் திண்ணையில் பிரமாண்டமாய் இருந்து கொண்டிருக்கிறது. அவர் எழுந்து வீடுநோக்கி நடக்கவாரம்பித்தார்.

அவர் காலத்தின் கோரப் பற்களுள் அகப்பட்டு தப்பிப் பிழைத்தவர். மீட்சி அக்கணம்வரை முழுமையாயில்லை. ஆனாலும் ஒரு மனிதன் நாதியற்றும், சகல நம்பிக்கைகளை இழந்தும், எதிர்காலமே சூன்யமான நிலைமையிலிருந்தும் மீளுருவாக்கம் பெறமுடியும். ஓரறிவிலிருந்து ஆறறிவுவரையான அனைத்துயிரும் வாழ்வுக்காகப் போராடவே செய்கின்றன. அதனதன் முயற்சியின் அளவிற்கான மீட்சியும் பெறவேபடுகிறது.

அதோ, இலைகளைத் துளிர்த்து பூக்களுக்கான கோடிகோடி அரும்புகளைக் கொண்டிருக்கிற அந்த விச்சோசேத்தியா மரம் போன வருஷ பனிக்காலம் முடிந்தபோது என்னமாதிரி தன் மரணத்தைச் சொல்லிக்கொண்டு நின்றிருந்தது. கிளைகள் உலர்ந்து, பட்டையெல்லாம் விஷமேறியதுபோல் பச்சை படிந்து உயிர்ப்பின் எந்தக் கூறுமின்றியிருந்தது. அந்த விச்சோசேத்தியாவே இந்த வசந்தத்துக்கு துளிரெறிந்து சிலிர்த்துக்கொண்டு புத்துயிர் பெறவில்லையா. மீட்சிக்கு நம்பிக்கையின் ஒரு துளி போதும்.

அத்தனை வருஷ கால தன் கனடா வாழ்க்கையின் ஒரு கட்டத்தை அன்று அவர் மீளாய்வுக்கு உட்படுத்தியிருக்கிறார். அதன் இரண்டாம் மூன்றாம் கட்டங்கள் இன்னும் சிக்கலானவை. அவரை நிறுத்திவைத்து விரல்நீட்டி குற்றம் சுமத்தக்கூடியவை. நிதானமாக அவற்றை அவர் அணுகவேண்டும். அந்தக் கட்டங்களுள் தன்னைச் செலுத்த ஒரு தயாரிப்பே அவருக்கு வேண்டியிருக்கும். தன்னை அறிவதற்கும், நிகழ்காலச் சிக்கல்களிலிருந்து தன்னை மீட்டெடுப்பதற்குமாக அந்த நிதானத்தோடு கூடிய முயற்சியை நிச்சயம் அவர் முனைவார். அப்போது அவர் மேலும் போதம் பெறுவார்.

II

1

தூங்கிக்கொண்டிருந்த சிவப்பிரகாசத்துக்கு திடீரென விழிப்பு வந்தபோது வெளியே நிசப்தத்தின் உறைவிலிருந்த உலகம் விடிந்து கொண்டிருப்பது தெரிந்தது.

அவரது ஊரின் காலைகள் அவ்வாறு இருப்பதில்லையென்பதை அவர் கலங்கிய மனத்தோடு அப்போது நினைவுகொண்டார்.

ஒரு வீட்டில் நாக்கு வழித்து ஓங்காளிக்கும் சத்தம் கேட்கும்; இன்னொரு வீட்டில் கிணற்று வாளி கட்டில் மோதி ஓசை எழும்பும்; ஒரு வீட்டின் பனைமர ஆடுகால்களில் தொங்கிய துலாவின் அச்சுலக்கை கிரீச்... கிரீச்... என இரையும்; இன்னொரு வீட்டின் கிணற்றடியில் குளிப்பதாலான நீர்ச் சத்தமெழும்; வேறொரு வீட்டில் முற்றம் பெருக்கும் சர்... சர்... கேட்கும்; அப்போது கிழக்கில் மெல்ல விடிந்து வரும்.

விடியல்களை மிக்க இனிமையானதாகவே கொழும்பு வாச காலத்திலும் அவர் கண்டிருக்கிறார். கடற்காற்று வீசிக் கொண்டிருக்கும். அதிகாலை ஐந்து மணிக்கு தெஹிவளை புத்தகோயிலில் பிரித் ஒலி அதில் ஏறிக்கொண்டு வரும். பின்னால் வெள்ளவத்தை பிள்ளையார் கோவில் மணியோசை கேட்கும். காலை முதிரும்வரை அந்த இனிமை சூழலில் மாறிவிடுவதில்லை.

ஆனால் அப்போதோ அந்த நிசப்தம் உடைந்தெழும் சிற்றொலிகள் கூட ஓர் அவலத்தின் சாட்சியாய் நின்றிருந்தன.

அவர் எழுந்து ஜன்னலோரம் சென்றார். கீழ்த் திசை நோக்கினார். நதியின் விளிம்பில் யாரோ அந்த அதிகாலையிலும் நடந்து கொண் டிருந்தது கண்டார். அதே வீதியில் குடியிருக்கும் அந்த வயதுபோன பெண்மணி மிஸஸ் மிலோவிச்சாக இருக்கலாம். குளிர்காற்று வீசிக்கொண்டிருந்தது. இரவிலே நடுக்கும் குளிர் விழுந்திருந்தது.

அவள் ஜாக்கெற்கூட அணிந்திருக்கவில்லை. ரஷ்யாவின் தூர கிழக்குப் பகுதியிலிருந்து எழுபதுகளில் வந்த மிஸிஸ் மிலோவிச்சுக்கு நீண்டகால கனடாக் குளிர் அனுபவம் இருந்ததாம். மட்டுமில்லை. அவள் பிறந்து வளர்ந்த ரஷ்ய பகுதியே வருஷத்தில் முக்கால்வாசிக்கு குளிர் மண்டலமாய் விறைத்துக் கிடப்பதாம். அவளால் குளிரைத் தாங்க முடியும்தானென அவர் நினைத்துக்கொண்டார்.

சிறிதுநேரம் மேசையில் அமர்ந்து சுவரோரமிருந்த புத்தக அலுமாரியைப் பார்த்துக்கொண்டிருந்தார்.

ஊரிலும் பெரிய ஒரு புத்தக அலுமாரி அவரிடம் இருந்திருந்தது. மிக அரிதானதும், மிக நல்லதுமான பல்வேறு வகையான நூல்கள் அதில் இருந்தன. ஆர்வத்தில் அவரே வாங்கியனவும், பரம்பரையாக வந்த பழந்தமிழ் நூல்களாகவும் அவை. தன் மூன்று பிள்ளைகளில் ஒன்றேனும் தன் சுவையின் ஆர்வத்தோடு வளரவேண்டுமென அவர் கனவு கண்டுகொண்டிருந்தார். அவரது மிகப்பெரும் சொத்தினை உணராதவள் அவரது மனைவி. அவளைப் பொறுத்த வரை அது வீட்டில் இடத்தை அடைத்துக்கொண்டு அடியிலும் பின்புறத்திலும் தூசுதும்புகளை பொதுக்கி வைத்திருக்கும் ஒரு வேண்டாத வஸ்துமட்டுமே. உடுப்புக்கள் அடங்கிய அலுமாரியை அவ்வளவு தூரம் எடுத்துச் சென்று ஏழாலையில் தாய்வீட்டில் பத்திரமாக வைத்தவள், அந்த புத்தக அலுமாரியை யாருமற்ற வீட்டில் அநாதரவாக விட்டுத்தான் சிங்கப்பூர் போயிருந்தாள். அதை அவள் சொன்னபோது அலுமாரியை எறிந்துவிட்டுப் போனதுபோலவே உணர்ந்தார் சிவப்பிரகாசம்.

குடும்பத்தவர்க்கு அதுவொரு இழப்பே இல்லையென்று தெரிந்த வன்மத்தில்தான் ஒரு தளவாடக் கடைக்குப் போன தருணத்தில் அந்த அலுமாரியை அவர் வாங்கியிருந்தார். அலுமாரியின் விலை ஆயிரம் டொலர் என்றறிந்த மங்களம் ஏங்கிப்போனாள்.

வசதியான வீடு இருந்தவகையில் அது பெரிய இடைஞ்சலாக அங்கே அவளுக்கு இருக்கவில்லையெனினும், அவள் அதனுள் அவர் வாங்கி அடுக்கும் நூல்களுக்கான செலவினைக் கருதியிருக்க முடியும். தான் விரும்பிய சாமான்களை வாங்கவே போதுமான பணம் கிடைக்காதிருக்கிற நிலையில், அவர் புத்தகம் வாங்கும் பணம் தனக்கானதென அவள் கொள்ளும் எண்ணங்களை அவர் அவளது பார்வையில் புரிந்துகொண்டிருந்தார். ஆயினும் மதுவோ, புகைப் பழக்கமோ இல்லாத தனது ஒரேயொரு வெளிச்செலவு அதுவாக இருந்தவகையில் அவர் அதைக் கருத்தில் எடுக்கவில்லை. ஆளுக்கும் மேலாக உயர்ந்த, ஒரு பக்கச் சுவரை அடைக்கக்கூடிய மிக அகலமான அந்த அலுமாரியுள் நூல்கள் அதிகரித்துக் கொண்டே வந்தன.

தேவகாந்தன் ◆ 51

மேலடுக்கில் ஆசிரியன் பெயரற்று, அல்லது அனானிமஸ் என்றதையே ஆசிரியரின் பெயராய்க்கொண்டு, மலிவுப் பதிப்பாக வெளிவந்த சில ஆங்கில நூல்கள் இருந்தன. பிள்ளைகள் கண்டாலு மென அவருக்கு எந்த அச்சமும் தோன்றியதில்லை. அவர்கள் படிக்கவேண்டிய புத்தகங்களையே படிக்காமல் வைத்திருப்பவர்கள். அந்த அலுமாரிக்கு கிட்ட வந்தாலே திடுக்கிட்டு விலகியோடுகிற விசை கொண்டவர்கள். அவர் மறைவாக, ஆனாலும் துணிவாக, அவற்றை வைத்திருந்தார்.

ஒரு நிர்ப்பந்தம் அவரை அந்த வீட்டிலிருந்து வெளியேற்றிய போது அலுமாரியைத் தவிர அனைத்து நூல்களையும் ஆளனுப்பி அங்கிருந்து எடுப்பித்துக்கொண்டார். இப்போது ஒரு சின்ன அலுமாரி நிறைய அவை அடுக்கியிருந்தன. போதாததற்கு சுவரோரமும் நாலைந்து குத்து வரிசையில் அடுக்கி வைத்திருந்தார்.

கடந்த இரண்டு வருஷங்களில் புதிதாக வாங்காதது மட்டுமில்லை, அதனருகில்கூட அவர் வந்திருக்கவில்லை. எங்கோ ஐந்நூறு கி.மீ. தொலைவிலுள்ள ஒரு பகுதியில் ஒரு உயர்ந்த மலையின் அடிவாரத் தில் மோகத்தினுள்ளும் போகத்தினுள்ளும் வாழ்ந்தபடி வாசிப்பையே மறந்திருந்தார். மீண்டும் அந்த உலகத்துள் நுழையத் துவங்க அவருக்குக் காலமெடுக்கும். ஆனாலும் தவறாமல் அதை அவர் செய்வார்.

அப்பொழுது அழைப்பு மணிச் சத்தம் கேட்டது. யாரையும் எதிர்பார்த்திருக்காததில் ஒருவித ஆச்சரியத்தோடு சென்று கதவைத் திறந்தார்.

கிநாரி நின்றுகொண்டிருந்தாள். அன்றைக்கே எதிர்பார்த்திராத ஆனால் என்றைக்கோ எதிர்பார்த்திருந்ததும், அன்றைக்கே முகம்கொள்ள விரும்பாத ஆனால் என்றைக்காவது முகம்கொள்ள வேண்டியிருந்ததுமான நேரிடுகை. அவர் அக்கணத்தில் திணறிப் போனாலும், உள்ளே வாவென்றார்.

அவள் வேண்டாமென்று, காஃபி குடிக்க ரிம் கோர்டன்ஸ் போகலாமென்றாள்.

சிவப்பிரகாசம் அவளது முகத்தைக் கவனித்தார். அந்த இரண்டு வருஷத்தில் மாற்றங்கள் எதுவும் ஏற்பட்டதாய்த் தெரியவில்லை. ஆனாலும் அவளது கண்களின் விழிவெண் படலத்தில் விரிந்திருந்த செவ்விய ரேகைகள் மூக்குக் கண்ணாடியின் ஒளித் தெறிப்புகளுக் கூடாகவும் தெளிவாய்த் தென்பட்டன. அவள் கடந்த இரவுகளில் நன்கு உறங்கவில்லையென்பதன் அடையாளம் அது.

அந்த வயதிலும் அவள் அழகாகத்தான் இருந்தாள். பொன்னிறச் சாயம் பூசாமல் திட்டமாய் காதருகில் விடப்பட்ட வெள்ளியிழைகள் கூட ஒருவகை அழகையே அவளுக்குச் செய்திருந்தன. மெல்லிய றோஸ் நிறமொன்றை கன்னத்தில் லேசாகப் பூசியிருந்தாள்.

இமைகளுக்கு மை இட்டிருந்தாள். காதில் அவள் அபூர்வமாய் அணியும் காதணி மின்னிக்கொண்டிருந்தது. இருந்தும் வெளியே செல்வதற்கான அத்தனை அலங்காரத்தினூடாகவும் அவள் கொண் டிருந்த மனச் சுமை வெளித்தோன்றவே செய்தது.

வீட்டைப் பூட்டிக்கொண்டு ரிம் கோர்டன்ஸ் செல்லும் பாலம் மேலாக நடக்கையில் இருவரிடத்திலும் நீண்டு கொண்டிருந்தது அசாதாரண மவுனம்.

தூக்கமறும்படிக்கு அவளைச் செய்ததெதுவென அவருக்குத் தெரியும். அதை அவளது வாயால் கேட்க அவருக்குத் தேவையிருந்தது. அவர் தீய்ந்த சாம்பலிலிருந்து மீண்டெழ வரம் தேடிக்கொண்டிருப் பவர்.

பாலம் தாண்டிய அளவில், 'நான் உனக்கு பல தடவைகள் போன் செய்தேன்' என்றாள் கிநாரி.

'ம். என் செல் எண் மாறிவிட்டது. நீ லாண்ட் லைனுக்கு எடுத்திருக்கலாம்.'

'லாண்ட் லைனுக்கு தொடுப்பு வந்துவிட்டதா.'

'அதன் தொடர்பு என்றைக்கும் துண்டிக்கப்படவில்லை.'

அதை ஏதாவது உள்ளார்த்தத்துடன் சொல்கிறாரா என்பதுபோல் அவள் அவரை நிமிர்ந்துபார்த்தாள். எதுவும் தோற்றப்படாது போக பின் திரும்பிக்கொண்டாள்.

அப்போது அவர் கேட்டார்: ' நீ இன்றைக்கு வேலைக்குப் போகவில்லையா.'

'இன்றைக்கு விடுமுறை, சிவம். வெளியே பார். இதெல்லாம் இப்போது உனக்கு எங்கே தெரியப்போகிறது. வேலையை விட்ட தோடு எல்லாம் மறந்துபோனாய்.'

எல்லாம் மறந்திருப்பாய் என்ற இரண்டே சொற்களில் எல்லா அர்த்தங்களும் புதைந்திருந்தன. அவை ஒவ்வொன்றாய் அவளது உரையாடலில் கிளர துடித்துக்கொண்டிருப்பதை அவர் உணர்ந்தார்.

ரிம் கோர்டன்ஸை அவர்கள் அணுகியபோது வரிசை நீண்டிருந்தது. அதுபோன்ற விடுமுறை நாள்களில்கூட கூட்டம் சேர அங்கே மதியமாகும். அன்றைக்கு காலையிலேயே நெரிசலாகி யிருந்தது.

'காஃபியை வாங்கிக்கொண்டு நதிக்கரையில் போய் அமரலாமா' என்று கேட்டாள் அவள். அவருக்கு மறுக்க ஏதுமில்லை. காஃபியும் கொஞ்ச ரிம் பிற்சுகளும் வாங்கிக்கொண்டு நதிக்கரை நோக்கி நடந்தனர். வெய்யில் இதமாக அடித்துக்கொண்டிருந்தது. அங்கிங் கொன்றாக பறவைகள் மரங்களிலிருந்து கலகலத்தன. சிலபோது அடைத்த குரலில் கத்தின. அவர்கள் மர வாங்கு ஒன்றில் சென்று அமர்ந்தனர்.

முன்னரும் அவர்கள் அமர்ந்திருந்து உரையாடிய இடம்தான் அது. அப்போதெல்லாம் அவர்களின் பேசு பொருள் நூல்களாகவும், அவற்றின் அர்த்தங்களாகவும் இருந்தன; அலைவுறுபவர்களின் வாழ்வும் மனமுமாக இருந்தன. அன்றைக்கு அது வேறெதுவாகவோ இருக்கப்போகிறது. இருவரிலும் அந்தப் பிரக்ஞை தெளிவாக இருந்தது.

ஒரு விடுமுறை நாளின் பகல் பொழுது எவ்வளவு குதூகலமாக மனிதர்களில் இறங்கிக்கொண்டிருக்கிறது. இருவருமே பார்க்கச் செய்திருந்தும், பனியுருகி நதி பெருத்த நீர்ச் சளசளப்பைக் கேட்டபடி மனங்களுள் ஆழ்ந்து காஃபியை அருந்தியவண்ணம் இருந்தனர்.

தானே தேடி வந்து வெளியே அவரை அழைத்ததைக்கொண்டு அவளே பேசுவாளென சிவம் எதிர்பார்த்தார். அவரே பேச உடனடியாக எதுவும் மனத்தில் தோன்றாமலும் இருந்தது.

அவளும் தன்னைப்போல் நதியில் தன் சிந்தனைகளைத் தோய விட்டிருந்ததை அவர் அவதானித்தார். அப்போது அவருக்கு ஞாபக மாயிற்று, அவளும் தன்போலவே தனிமையும் துயரமுமான வாழ்வின் மூலம் கொண்டவளென்பது.

1999 புரட்டாதி மாதத்தில் ஒருநாள் தான் வாங்கிய அந்த வீட்டில் குடியிருக்க வந்து ஒரு வாரமாகியும்கூட அவரை ஏறிட்டு நோக்கிய மனிதர்கள் அக்கம்பக்கத்தில் இருக்கவில்லை. கண்டார்கள்; சென்றார்கள். அந்த நிலையில் வேலைசெல்லும் ஒரு காலை வேளையில் அவரைக் குறுக்கிட்டபோது குட் மார்னிங் சொல்லி தன் முதல் பரிச்சயத்தை கிநாரிதான் தொடங்கினாள்.

அவர் அப்போது தன் வாகனத்தை கராஜிலிருந்து எடுப்பதற்காக வெளியே செம்மேப்பிளின் முன் நின்றுகொண்டிருந்தார். அவரும் காலை வந்தனம் சொன்னதன் பின்னர் தன் நடையைத் தளர்த்தி, உங்களுக்கு தண்ணீரென்றால் மிகவும் பிடிக்குமோவென கிநாரி சிரித்தபடி வினவினாள். அவருக்கு ஆச்சரியமாக இருந்தது. அவள் சில நாட்களாக தன்னைக் கவனித்து வந்திருப்பதை அவர் அனுமானித்தார். அது அவருக்குப் பிடித்திருந்தது. அதனால் தானும் முறுவலித்தபடியே, தண்ணீரைப் பிடிக்கும், நதியைப் மிகவும் பிடிக்கும் என்றிருந்தார்.

அவள் இரண்டு மூன்று எட்டுகள் அவரைநோக்கி வந்து, உங்கள் நாட்டில் உங்களது வாழ்க்கை நதியோடு பிணைந்ததோவென ஆவலோடு கேட்டாள்.

அவர் கொஞ்சம் சிரித்தார். பிறகு சொன்னார்: தண்ணீரோடு கூட அதிகம் தொடர்பில்லாதது எனது வாழ்க்கை. எமது பகுதி வறண்ட பிரதேசம். மழைநீர் கிணற்றுநீர் தவிர்ந்த நீர்வளம் எம்மிடம் இல்லை.

அப்படியானால் இரவிரவாக நதியையே பார்த்துக்கொண்டு நிற்கிறீர்களே, இந்த ஈர்ப்பின் பெயர் என்ன.

நீர்வளம் காணாததாலேயே இங்கு வந்ததும் அப்படியொரு ஈர்ப்பு என்னில் ஏற்பட்டிருக்கலாமென்று சொல்லி அவர் தொடர்ந்தார்: மட்டுமல்ல, நதி வெறுமனே நீர்வளத்தினது அடையாளமில்லை. என்னைப் பொறுத்தவரையில் அது ஆயிரமாயிரம் ஆண்டுகளின் சரித்திரத்தை, கலாச்சாரங்களை தன் ஒவ்வொரு அசைவிலும் வரைந்து செல்லும் ஒரு காலாதீதமென்ற எண்ணமே உண்டு.

சொல்லி முடித்தபோது அவருக்கே பெருமிதமாக இருந்தது, அந்தளவு அழகாக அந்த விஷயத்தினை அவள் திகைத்துநின்று கேட்குமளவிற்குத் தன்னால் ஆங்கிலத்தில் சொல்ல முடிந்திருந்ததே என்று.

அற்புதமாகச் சொன்னீர்களென்று அவள் குதூகலித்தாள். எனக்குமே அவ்வாறான எண்ணம்தான் நதி... மலை... மேகம்... எல்லாவற்றின்மீதும். நீங்கள் நன்றாக வாசிப்பீர்கள் போலிருக்கிறதே என்றாள் தொடர்ந்து.

வேலை... வேலை முடிந்தால் வீடு... வீடு வந்தால் குளிப்பு சாப்பாடு... பிறகு வாசிப்புத்தான்.

நாங்கள் நிறையப் பேசலாம் போலிருக்கிறது.

பேசுவோம்.

வார இறுதி நாட்களில் நேரமிருக்கும்; அதோ அந்த மூலையில் ஹைட்ரோ தொடுப்பி இருக்கிறதே, அதன் முன்னாலுள்ள இருபத்து ஆறாம் எண் வீடுதான் என்னுடையது என்றுவிட்டு ஒரு பிரிவின் வேதனையோடுபோல் விடைபெற்றுச் சென்றாள் கிநாரி.

அவர் அவை எவற்றையுமே மறக்கவில்லை. அவர் மறந்தது அவளைத்தான்.

தன் மன ஆழ்ச்சியிலிருந்து மீண்ட கிநாரி, 'மன்னித்துக்கொள், ஏதேதோ நினைவுகளுள் மூழ்கி இருந்துவிட்டேன்' என்றாள். பின் சிகரெட் எடுத்துப் புகைத்துக்கொண்டு திரும்பி அவரைப் பார்த்தாள். தன்னை ஒருமுறை சிலிர்த்தாள். மறுபடி நதியைப் பார்த்தபடி சொல்லத் தொடங்கினாள்.

யாருக்குச் சொல்லுகிறாளென்று திகைப்பாகிப் போனது சிவத்துக்கு. மூன்றாவதொரு நபருக்குச் சொல்லுகின்ற மொழி அது.

'ஒன்றரை ஆண்டுகளுக்கு மேலாக சிவத்தோடு நான் பழகியிருக்கிறேன், நல்லவொரு நண்பியாக. சிவமும் அவ்வாறே என்னை நினைத்திருந்தது என்பதுதான் எனது நம்பிக்கை.'

அவர் எதுவும் சொல்லவில்லை. முனகல்கூட செய்யவில்லை. 'நல்லது. அந்த நம்பிக்கை கடந்த சில தினங்களாக என்னிடத்தில்

இல்லை. குறிப்பாக.... சிவம் எங்கெங்கோ அலைந்துவிட்டு... வசந்தம் பிறந்த இந்த மார்ச் இருபத்தினான்காம் திகதி வீடு திரும்பியதே... அந்த இரவிலிருந்து இல்லை.'

அவர் திகதிக் கணக்குப் பார்த்தார். அவள் சரியாகத்தான் சொல்லியிருக்கிறாள். இருபத்தினான்காம் தேதி இரவுதான் அவர் வீடு திரும்பியிருந்தார்.

'அதுவரை என்னுள்ளேயிருந்த நம்பிக்கை என்னைக் குதறியபடி இருந்துவிட்டு அன்றைக்குத்தான் இறுதியாக விடைபெற்றுப் போனது. எங்கள் நட்பை பங்கப்படுத்துவதற்கான எந்தத் தவறையும் நான் செய்துவிடவில்லை என்பது எனக்கு நிச்சயம். ஆனாலும் இரண்டு வருஷங்களின் முன், சரியாகச் சொன்னால் 2001 ஆனி இருபத்து எட்டாம் திகதி, ஒரு வார்த்தை சொல்லக்கூடச் செய்யாமல் சிவம் எங்கோ ஓடிப்போனது. சிவத்துக்கு என்ன ஆனதென நான் துடித்துக் கொண்டிருந்தேன். ஒரு தொலைபேசி அழைப்பாவது வருமென நாளெல்லாம் காத்திருந்தேன். சிவம் என்னை எண்ணவே இல்லை. திரும்பிவந்த பிறகும் சிவம் ஒரு தொடர்பின் முயற்சியைக் கூடச் செய்யாததுதான் என் நம்பிக்கையை கடைசியாக உடைக்கச் செய்தது.'

அவள் ரிம்பிற்ஸிலும் காஃபியிலும் அடைக்கலமாகி தன்னைச் சுதாரித்துவிட்டு தொடர்ந்தாள்: 'சிவம் வீடு திரும்பியிருந்ததை அறையிலெரிந்த வெளிச்சத்திலிருந்தும், வெளிச்சம் ஜன்னலில் விழுத்திய நிழலிலிருந்தும்தான் நான் கண்டறிந்தேன். சிவம் பலவேளை களில் இருட்டுக்குள் ஒளித்திருந்தது. அந்த ஒளித்திருப்பி லிருந்து சிவம் வாழ்ந்திருந்த வாழ்க்கையை என்னால் புரிந்துகொள்ள முடிந்தது. அந்தரங்கமாகவே வைத்திருப்பினும் இந்தவகை வாழ்வுக்கு ஒரு வலு இருக்கிறது, சிவம். அது, அதோ அந்தப் பறவைகளைப்போல தனக்குள்ளே கலகலத்துக்கொள்கின்றது.

அத்திலாந்து சமுத்திரத்தின் கிழக்கு நாடுகளிலிருந்து வந்த நீலக் கொண்டைப் பறவைக் கூட்டமொன்று கலகலத்து வந்து மரங்களில் மொய்த்ததை அவள் காட்டினாள்.

சிவம் நிமிர்ந்து அந்த ஆரவாரத்தைப் பார்த்தார்.

நாரி சொன்னது மெய். தம் இருப்பை எங்கும் பெரிதாய்க் கலகலத்துக் காட்டும் இயல்பினதான் அந்த நீலக்கொண்டைக் குருவிகள்.

சிவம் மெதுமெதுவாய் தன்னிலை திரிந்துகொண்டிருப்பதை அவளால் புரியமுடிந்தது. கோபம் வந்தால் அவர் அனுங்காமல் கொள்ளாமல் அப்படியே எழுந்து போய்விடக்கூடிய மனிதர். அந்த நிலைமையை அவள் ஏற்படுத்திவிடக் கூடாது. அவள் அவர்மீது குற்றம் சுமத்தவல்ல, அவரை அவரது தகர்விலிருந்து மீட்டெடுக்கவே

வந்தாள். ஆயினும் ஒரு சாதாரண மனிதியாய் அந்தளவு கோபத்தை யாவது காட்டாமலிருக்க அவளால் முடியாதிருந்தது.

கிநாரி தன்னைத் தெளிவித்துக்கொண்டு தொடர்ந்தாள்: 'யாரிடத்தில்தான் இரகசியங்கள் இருக்கவில்லை. அதற்காக நீ மனத் தளர்ச்சி கொள்ளவேண்டாம். ஆனாலும்... அந்த இரகசியங் களைப் பற்றியே நான் இப்போது பேசப்போகிறேன். அவை எனக்குத் தேவையாக இருக்கின்றன. அந்தத் தகவல்களிலிருந்துதான் கடந்த கால எங்கள் நட்பின் உண்மையை நான் காணவேண்டியவளாய் இருக்கிறேன்.'

சிவம் அவளது பேச்சில் இழைந்த நளினத்தை அவர் எப்போதும் போல் ரசித்தார். ஆனாலும் தன் இருண்ட காலத்தின் நேரடி உசாவலாக அது ஆரம்பித்த கணத்தில் அவர் எரிச்சல்பட ஆரம் பித்தார்.

அவ்வாறான நிலைமைகள் சிலருக்கேனும் தவிர்க்கமுடியாதபடி நிகழ்கின்றன. தம்மைப்பற்றிய பிம்பங்களை உயர்வாக மனத்துள் எழுப்பியிருப்பவர்களால் அவ்வாறான ஒரு வியூகத்துள் ஒரு நண்பராலேனும் தாம் அகப்படுத்தப்படுவதை தாங்கிக்கொள்ள முடிவதில்லை.

நதிக்கரையில் நீலக் கொண்டைப் பறவைகள் அகல மறுபடி நிசப்தம் உறைந்தது.

எந்தச் சமிக்ஞையுமின்றி நீண்டுகொண்டிருந்த அந்தக் கணங்களை தன் சம்மதத்தின் அறிகுறியாய்க் கொண்டு அவள் கேள்விகளைத் தயாரிக்கத் துவங்கிவிட்டதாய்த் தோன்ற, அவசர அவசரமாக அவரது மனம் பதில்களைத் தயாரிக்கத் முனைந்தது.

ஆனால் கேள்விகளற்ற நிலையில் பதில்களைத் தயாரிப்பது எப்படியென அவருக்குத் தெரியவில்லை. ஒருவேளை உண்மையையே பகர்ந்துவிடுவதெனில் அதற்குகந்த ஒரு மொழியையும் அவர் கண்டடையவேண்டும். அந்த வாழ்க்கையில் தான் முழுவதுமாய் ஈர்ப்புண்டிருந்ததின் கேவலம் வெளித் தெரியாத பூடகத்திலும் அந்தப் பதில் அமையவேண்டும்.

வின்ஸியுடனான தொடர்புக்கு அவரிடம் திகதிவாரியான கணக்கில்லை. அது கிநாரியிடம் இருந்தது. அந்தக் குறுகிய கால உறவில் தான் அந்தளவு நொறுங்கியது எப்படியென்பது அவருக்குமே ஆச்சரியம். தனது அந்த நிலைமைக்கு வின்ஸி மட்டுமே காரணமா எனக்கூட அவருள் ஐயம் இருக்கிறது. இன்னும் அவர் நினைத்துப் பார்க்க அதில் எவ்வளவோ உள்ளது. அந்தநிலையில் கேட்கப்படாத ஒரு கேள்வியின் பதிலுக்கான அலசல் சிரமமாகவே இருக்கும். கேள்விகளை நிராகரிப்பதைத் தவிர அவருக்கு வேறு வழி தென்பட வில்லை.

திடீரென பறவை எதுவோ முகத்தின் முன்னால் பறந்ததான சலனம். அவர் பிரக்ஞை கலைந்து நிமிர்ந்தார். கண்ணில் எதுவும் புலனாகவில்லை. அருகில் கிநாரி அவரையே பார்த்தபடி அமர்ந்திருந் தாள். அவளே கைகளை தனக்கு முன்பாக அசைத்து தனது பிரக்ஞையை மீட்டிருக்கிறாளென்பது அவளது முகபாவத்தில் தெரிந்தது.

கிநாரி கேட்டாள்: 'என்ன, சிவம், பதில் சொல்கிறாயா. ஆனால் ஒன்று... அது உண்மையாக இருக்கவேண்டும்.'

என்ன சொல்ல.

அவர் யோசித்தார். சிவம் எதிர் கிநாரி. கேள்விக்கான பதில் இந்த நேர்நேர்நிலையில் துல்லியம் தவறாத அவதானத்துடன் இருக்கவேண்டும்.

அவள் சிகரெட்டை வலித்து வலித்து இழுத்துக்கொண்டிருந் தாள். புகை சீற்றமாக அவள் வாயிலிருந்தும் மூக்கிலிருந்தும் பறந்து கொண்டிருந்தது. அவள் தன் காத்திருப்பின் கடுமையைக் காட்டத் துவங்கிவிட்டாள் என்பதின் அடையாளம் அது. அந்த நிலையில் அவள் விரும்பமுடியாத தனதொரு பதில் அவளது அன்பையும் ஆதரவையும் கரிசனத்தையும் இழக்கும்படியான நிலையை ஏற்படுத்த மிகுந்த சாத்தியம் கொண்டதென்பதையும் அவர் எண்ணினார்.

அவருக்கு மிகுந்த தடுமாற்றம் பிறந்தது. அது மிகவும் பரிதாபமான தோற்றத்தை அவருக்கு அளித்தது. அவர் அதற்காக நொருங்கிவிடக் கூடாதென திடுக்குற்ற கிநாரி திடுமென, 'வேண்டாம்' என்றாள்.

அவர் நிமிர்ந்தார்.

'வேண்டாம். இன்றைக்கு நான் எதையும் கேட்கவும் வேண்டாம்; நீ எதையும் சொல்லவும்வேண்டாம். நீ இந்தளவு தயாரானதே பெரிய காரியம்.'

மிகச் சோர்வடைந்திருந்தது அவரது உடம்பு. அப்போது போய் படுக்கையில் சரிந்தாலும் தூங்கிவிடலாம்போன்று இருந்தது. மனமே முதன்மையாய்ச் சோர்வுபட்டிருந்தது என்பதையும் காண அவர் தவறவில்லை. எல்லாவற்றையும் ஒரு உடைப்பைப்போல அவளிடம் கொட்டித் தீர்த்துவிடலாம், அவளே தம் எதிர்காலத்தைத் தீர்மானிக் கட்டும் என்றுகூடத் தோன்றிற்று. ஆனாலும் அவள் அப்போது விழுத்தியிருந்த இடைவெளியை அவரால் கடக்க முடியாதிருந்தது.

மறுபடி சிகரெட் ஒன்றை மூட்டிக்கொண்டு கிநாரி சொன்னாள்: 'சிவம், நீ பழைய சிவமாக மாறவேண்டுமென்பதே என் விருப்பமாக இருந்தது. அதற்காக உன் மனத்தைக் கீறிப்பார்க்கும் வதைப்பாட்டை நான்தான் செய்யவேண்டுமென்றில்லை. நீகூடச் செய்துகொள்ளலாம்.

அதுதான் சிலாக்கியமானதெனவும் இப்பொழுது எனக்குத் தோன்றுகிறது. எனக்கொரு பதில் தேவையெனில் அதை நானே கண்டடைந்து கொள்கிறேன்.'

'இல்லை, நான்...'

அவளது கையுயர்ந்து அவரது எதையோ சொல்லும் முனைப்பை அந்தரத்தில் விட்டது.

அவள் தொடர்ந்தாள்: 'அந்தவகைச் சம்பவத்தை வெளியிடுவது எவருக்குமே கஷ்ரமான காரியம்தான். ஒருவேளை... உன் பாதிப்புக் களைச் சொல்வதால்மட்டுமே உனக்கு மீட்சி வந்துவிடுமென நான் சொல்லமாட்டேன். உன் பாதிப்பின் காரணங்களை எண்ணி எண்ணி நீயே மனதார உணரவேண்டும். அதுதான் முக்கியமானது. புரிந்திருப்பாயென்று நினைக்கிறேன்.'

அவளது குரலில் சிறிது தளர்வு இருந்தது.

'புரிகிறது, கிநாரி. நான்...'

'என்னைப் பேசவிடு. உன்னைப் பேசவைக்க முயன்றேன், முடிய வில்லை. அதனால் நான் பேசுகிறேன், இனி நீ கேட்டால்போதும்.'

'ம்.'

'நல்லது. நீ சறுக்கிய இடம்... விழுந்த பள்ளம்... எல்லாவற்றின் காரணமும் உனக்குத் தெரியவரும்போது நீ பாதி மீட்சியை அடைந்துவிட்டாயென்று அர்த்தமாகும். மீதி மீட்சியைத் தருகிற நம்பிக்கையாய் நான் எப்போதும் இருப்பேன், மறக்காதே.'

அது அவருக்கு இணக்கமான முடிவு. பாதி மீட்சிக்கு உத்தரவாதம் தருவாளெனில் பாதி மீட்சியை அவர் ஏதுசெய்தும் அடைந்து கொள்வார்.

அவர் தலைமட்டும் அசைத்தார்.

'வா, கிளம்பலாம்.'

அவள் சடுதியில் எழும்ப, சிவப்பிரகாசமும் எழுந்து கூட நடந்தார்.

2

அன்று மாலை உறவினர்கள் சிலர் கிநாரியைக் காண வீட்டுக்கு வரவிருந்தார்கள். பள்ளிகளுக்கு இளவேனில் கால இரண்டு வார விடுமுறை தொடங்கியிருந்தது. எங்கும் ஒரு பசுமையின் குதூகலம் பொங்கிக்கொண்டிருந்தது. நேற்றுப் பார்த்த புல்லும் செடியும் கொடியும் தருவும்கூட அது அதுவாக இன்று இருக்கவில்லை. ஒவ்வொரு பொழுதிலுமான வளர்ச்சி கவனமேறிய கண்களில் தெரிந்தது.

ஐந்து மணியளவில் வந்த உறவினர்கள் வீட்டிலிருந்து புறப்பட்ட போது ஒன்பது மணிக்கு மேலே. வைன் போத்தல்கள், குடித்த கிளாஸ்களெல்லாம் அப்படி அப்படியே மேசையில் கிடந்தன. எல்லாம் எடுத்து வைத்து கழுவி முடித்தபோது பத்து மணியாகி யிருந்தது. குறையாகவிருந்த வைனை முடித்துவிட்டு போத்தலை றிசைக்கிள் கூடையில் போடும்போது கிநாரியின் கண்கள் கிறங்கிக் கொண்டிருந்தன. வெய்யில் சாய்ந்து வெகுநேரமில்லை. ஆனாலும் மறுநாள் வேலைநாளாக இருந்ததில் படுக்கையறை சென்றாள். திரைகளை இழுத்து மூடி அறையை இருட்டடிக்கச் செய்துவிட்டு படுத்தாள். தூக்கம் பிடிவாதமாக அவளுக்கு தொலைதூரத்தில் நின்றிருந்தது. யோசிப்பதைத் தவிர வேறெதுவும் இருக்கவில்லை.

எதிர் வீட்டிலிருக்கும் சிவப்பிரகாசம், தன் நாட்டு அராஸ் நதி, அங்கே அவளது அக்காளுடன் தங்கியிருக்கும் மகள் எலிஸ் என எவரெவரிடமோவெல்லாம் தன் மனத்தைக் குறியின்றி கலைத்துக் கொண்டிருந்தாள்.

அவள் கடந்து வந்த பாதையிலிருந்த இடையூறுகள் சிரமங்கள் வதைகள் வாதைகள் எந்தக் குடியேறியினதுக்கும் குறைந்ததாய் இருக்கவில்லை. அண்மைய சில வருஷங்களில் தவிர மீதிக் காலத்தில் அவற்றை நினைத்த கணமே நிலையிழந்து கலங்கித் தவிப்பவளாய்த் தான் அவள் இருந்திருக்கிறாள். ஆனாலும் தன் பாதங்களை எடுத்து வைப்பதில் அவள் அவதானம் குறையாதவளாய் இருந்தாள். சிவப்பிரகாசத்தின் விஷயத்தில் அந்தளவு அவதானத்தை தான் கொண்டிருக்கவில்லையோவென இப்போது அவளுக்குத் தோன்றத் துவங்கியிருக்கிறது. தன்னை முழுதுமாய் வெளிப்படுத்தப் பின்னிற்கும் அவரின் நடவடிக்கைகள் அந்த மீளாய்வின் அவசியத்தை ஏற்படுத்தி யிருக்கின்றன. தான் எச்சரிக்கையாக இருப்பதின்மூலம் அவர் அவளை எச்சரிக்கையாக இருக்க நிர்ப்பந்திக்கிறார்.

ஒரு முழுமையான நினைவுமீட்பு தனக்கு அவசியமாயிருந்ததை அவள் புரிந்தாள். அவளது அடி எங்கோ பிசகியிருக்கிறது. அதை அவள் தன் பூர்வீக நாட்டிலிருந்தும் அராஸ் நதியிலிருந்துமே பார்க்கவேண்டும். ஏனெனில் அவற்றின் தன்மை இன்னும் அவளில் மாறியிடவில்லை.

நைரி என அசீரியன் மொழியில் அழைக்கப்பட்ட நாடுதான் ஆர்மீனியா. அசீரியன் மொழியில் நைரி என்பதன் அர்த்தம் நதிகளின் நாடு என்பதாகும். ஆர்மீனியாவின் மிக நீண்ட நதி அராஸ். 1072 கிலோ மீற்றர் நீளமுடைய அந்நதி ஆர்மீனியா, அஜர்பைஜான், துருக்கி, ஈரானென நாடுகள் பல தழுவி ஓடிக்கொண்டிருக்கிறது.

அந்நதி எல்லை பிரித்த நாடுகளான ஆர்மீனியாவுக்கும், துருக்கிக்கும் இடையே எழுந்த மோதலின்போதுதான் அராஸ்

நதிக்கரை வாழ்விலிருந்து தம்மைப் பெயர்த்துக்கொண்டு கிநாரியின் குடும்பம் வடக்கே ஓடியது.

அது சென்றடைந்த இடம் திபேத் நதிக்கரையில் இருந்தது. திபேத்தும் அழகிய நதிதான். அது ஆர்மீனியாவுக்கும் ஜோர்ஜியா வுக்கும் இடையே கிடந்தது.

திபேத் பிரித்த அவ்விரு நாடுகளுக்கிடையேகூட முரண்பாடு எழுந்தது. பின்னால் ஆர்மீனியாவே ஜோர்ஜியாவின் ஓரங்கமாகி ஒருபோது சோவியத் ரஷ்யாவுடன் இணைக்கப்பட்டுக் கொண்டது.

வயது இருபத்தெட்டாயிருக்கையில் ஒரு காதலில் பெற்றெடுத்த மகளை தன் பெற்றோரிடம் ஒப்படைத்துவிட்டு, சோவியத் யூனியன் உடைவதற்கு முன்பாக கிநாரி ஆர்மீனியாவிலிருந்து ரகசியவழியெடுக் கிறாள். அவ்வழியில் அவள் முதலில் சென்றடையும் இடம் ஜேர்மனியாக இருக்கிறது. அங்கிருந்தும் ஓடி அவள் புகல்கொண்ட இடமே செந்நதி பாயும் கனடாவின் ஒன்ராறியோ மாநிலம்.

ஒன்ராறியோ அவளுக்கு மிகவும் பிடித்துப்போயிருந்தது. அதுவுமே பூர்வ இனக்குழு ஒன்றின் மொழியில் நதிகளின் நகரெனப் பெயர்பெற்றிருந்த ஒரு மாநிலமாக இருந்தது.

அராஸ் நதியும், திபேத் நதியும், செந்நதியும் திசுமங்களில் ஒன்றானவையெனினும் உணர்வுகளில் வித்தியாசமானவை. அவற்றின் சரித்திரங்கள் வித்தியாசமானவைபோல அது.

அவளிடமிருந்த நதி அவா என்றென்றும் தன்னை வெளிப்படுத்த தயக்கம் காட்டியதில்லை. ஏனெனில் அவளுக்குள்ளேயே நதி இருந்தது. அவளுக்கு நீலம் பாரித்த கண்கள். கண்களை உற்றுப் பார்த்தபடி இருந்தால் உள்ளே நதியின் நீர்ச் சுழல் தெரியும்.

சிவப்பிரகாசத்துக்கு அதனாலேயே அவளைப் பிடித்திருந்தது. ஆனாலும் அவர் அவளது மனத்தைப் பார்த்து இணங்கிய அளவுக்கு, முகத்தைப் பார்த்து நெருங்கத் தவறிவிட்டார். கிநாரியைக் கண்டு பழக ஆரம்பித்த பின்னரும்கூட அவளின் வசீகரத்தை அவர் உணராமல் இருந்ததிலிருந்து அவரது இழப்புகளும் அழிவுகளும் துவங்குகின்றன.

நாற்பது வயதில்கூட எப்பேர்ப்பட்ட அழகியாக இருந்தாள் அவள். அந்த நீலம் பாரித்த கண்களும், ஒரு பெரிய பிறையைப் போலிருந்த ஏறு நெற்றியும் அபாரமான அழகுகள். ஏறுநெற்றி பெருங் காமத்தின் அடையாளமென சாமுத்திரிகா லட்சணம் சொல்கிறது. காமத்தில் கொஞ்சம் அதிகமிருந்தால்தான் என்ன.

அவளின் இயங்குதல்களே அழகின் அசைவுகளாக இருந்தன. நிமிர்த்த பெருமுலைகளோடு இடுங்கிய இடுப்பு. நடுத்தர உயரத்துக்குச் சிறிது குறைவெனினும், மெலிந்த உடல்வாகு. அதிலிருந்த

இயங்காற்றலும் அபாரமானதே. ஓர் அரசிபோல் இருந்த அவளை விட்டு ஓடிப்போய் வாழ சிவப்பிரகாசம் என்னத்தை வித்தியாசமாக அந்த தடித்த கரும்பெண்ணில் கண்டார்.

அவள் அராஸில் ஊறி வளர்ந்தவள். இனிய இசையென்ற பொருள் கொண்ட பெயரினளான கிநாரிக்கு, ஒரு இனிய இசைபோல் நடக்க கற்றுக்கொடுத்தது அதுதான். பின்னால் அவளது காலடிகளில் சோகம்தான் துளிர்த்துக்கொண்டு இருந்ததெனினும் அது சாசுவதமென யார் உறுதியாகச் சொல்லமுடியும்.

அராஸ் நதியை நெஞ்சுள் பாயவிட தன் இளமைக்காலம் அவளுக்கு நினைவாகியது. கஸாரியான் நினைவானான். அவன் மீதான காதல் நினைவாகியது. காமம் இணைந்த அந்தக் காதலில் அவள் கருத்தரித்த பின்னால்தான், தனக்கு மட்டுமே காதல் இருந்தது அவளுக்குத் தெரிந்தது. அவளது வல்வழக்காடும் உறவில்லை. உன்னிடத்தில் காதல் இல்லையா, உனக்கு முன்னரே கல்யாணம் ஆகிவிட்டதா, குழந்தைகூட ஒன்றிருக்கிறதா, அப்படியானால் போ, திரும்ப என்னிடம் என்றைக்கும் வந்துவிடாதேயென்று அவள் தான் அவனை விரட்டினாள். குழந்தை பிறந்த பின்னால் கஸாரி யானை அவள் கண்டிருக்கிறாள்; பேசியிருக்கிறாள். அவன்கூட அவளது குழந்தை எப்படி இருக்கிறதென விசாரித்திருக்கிறான். அவளும் நன்றாயிருக் கிறாளென பதிலளித்திருக்கிறாள்.

அப்போதுதான் அவளுக்குப் புரிந்தது, தன்னிடம் இருந்ததும் முதன்மையாகக் காமமேயென. ஆனால் அவள் அதை பின்னால் அனுபவிக்கமுடியாத சூழலால் குளிர்ந்துபோனாள்.

ஜேர்மனி சேர்ந்த பிறகு அவளோடு அறையைப் பகிர்ந்து கொண் டிருந்த அலெக்ஸாண்டிரா என்ற ஒரு கென்ய நாட்டை பூர்விகமாகக் கொண்டவள், தான் வேலைசெய்யும் மதுக்கடையிலிருந்து இரவில் திரும்பி வரும்போதே தள்ளாட்டத்துடன்தான் வருவாள். குளித்து விட்டு சாப்பிடுவதற்கு முன்பாக மேலும் மது அருந்துவாள்.

எப்போதும் கலகலவெனச் சிரித்துக் குறும்புசெய்யும் அலெக்ஸாண் டிரா, சிலவேளை போதை அதிகமாகும்போது அவளைக் கட்டிப்பிடித்துச் செய்த சில்மிஷங்கள் வகைவகை. கிநாரி ஓடுவாள் அறைக்குள். அலெக்ஸாண்டிரா கட்டில் மேலால் தாவிப் பிடிப்பாள். கிநாரி தன் முழு பலத்தையும் பிரயோகித்து அவளை உதறித் தள்ள முயல்வாள். ஆனால் அலெக்ஸாண்டிராவுக்கு பலம் அதிகம். அவளது கைகளில் கிடந்து கசங்குவாள். அவளைக் கொஞ்சுவாள். அந்த வலிமை சுகமாக மாறும் கடைசிக் கணத்தில், ‘ஓ... நேரம் போய்விட்டது. நான் என் வெள்ளைக் காதலனைச் சந்திக்கப் போகவேண்டும்’ என்றுவிட்டு அலெக்ஸாண்டிரா ஓடிவிடுவாள். அந்தப் பொழுதுகளில்தான் கிநாரிக்குத் தெரிந்தது, தன்னுள் நீறு

62 ◆ நதிமேல் தனித்தலையும் சிறுபுள்

பூத்து இன்னும் அனல் இருக்கிறதென்று. சும்மா ஊதினால்கூட போதும், சாம்பல் பறந்து உள்நெருப்பு கனன்றெழுந்துவிடும்.

கனடா வந்தும் அவளுக்கு ஊதுவதற்கு ஆளில்லை; ஆள் தேட நேரமும் இருக்கவில்லை. வேலை... வீடு... உறவினர்... நண்பர்கள்... வாசிப்பு... காலத்தை அவ்வாறுதான் கடத்தினாள்.

ஒரு காலைவேளை வேலைக்கு பஸ்ஸெடுக்க அவசரமாக நடந்து கொண்டிருந்த பொழுதில் சிவத்தை வீட்டுக்குச் சமீபமாக அவள் கண்டாள். கஸாரியானுக்கு நேரெதிராய் இருந்தன அந்த மனிதரது நடைமுறைகள். அவர் ஆசைப்பட்டார். இருந்தாலும் அடங்கியிருந் தார். அந்த அடக்கத்தை மீற அவரது வயதும், வாசனைப் பழக்கமும் விடாதென்பது அவளுக்குத் தெரியும். ஒருநாள் அவராகவே ஓடிவந்து சாம்பலை ஊதி அந்த உட்கனலை கிளர்ந்தெழ வைப்பாரென காலம்நோக்கிக் காத்திருந்தாள்.

தவிட்டு நிற மனிதர்களில் காமத்தையோ காதலையோ உணரும் ஒரு மந்தத்தனம் எவரையும்விட சற்று அதிகமாக இருக்குமோ. ஒருவேளை அவரில் மட்டுமே அப்படியோ. அவளுக்கு வெறுப்பே வந்தது. அவள் பின் சிரித்து அடங்கினாள். அவள் ஈர்ப்புண்டதும் அதனாலேயே இருந்தது புரிந்தவகையில் காலத்தை நகர்த்துவது கடினமாய் இருக்கவில்லை.

ஆனால் அவளது எல்லா எதிர்பார்ப்புகளையும் தகர்த்துக் கொண்டு ஒருநாள் அவர் காணாமல்போனார். அன்று தனது செல்பேசி அழைப்புகளுக்கு பதிலில்லாது போக, வீட்டுக்கு வந்து அழைப்பு மணியை ஒலித்தாள். அதற்கும் பதிலில்லாது துக்கத்தோடு திரும்பி தனது குறிப்புக் கொப்பியில் அன்றைய தினமான 2001 ஜூன் 28 பக்கத்தில் இவ்வாறு குறித்தாள்: சிவம் தொலைந்து போனான்.

அவரின் அந்த அஞ்ஞாதவாச காலத்தில் ஒருமுறை அவர் காரோட்டிச் செல்ல அவள் கண்டாள். ஒரு வல்லிய கறுத்த மனிதி அவரருகே அமர்ந்திருந்தாள். அவளது நிறத்தில் அவளிலும் திண்ணியதாக ஒரு இளைஞன். அவர்களது எந்தச் பேச்சுகளிலும் அக்கறையற்றவனாகவோ விரும்பாதவனாகவோ பின் சீற்றிலிருந்து கண்ணாடியூடு வெளியே பார்த்தபடியிருந்தான்.

அவள் அவரது நண்பியாக, உறவினளாக அல்லது அயலவளாக வன்றி புதிய மனைவியாகவோ, சேர்ந்து வாழ்பவளாகவோ இருக்க வேண்டுமென்று அவளுக்கு ஏனோ நிச்சயம் வந்தது. ஒருவரோடு பேசும்போதோ, கூட அமர்ந்திருக்கும்போதோ வெளிப்படும் ஒருவரின் தோரணையில் அந்த உறவின் பெயர் தெரியவருகிறது.

அவர் அவளுக்கு இல்லையென்று ஆகி நொந்து தணிந்திருந்த 2003 மார்ச் இருபத்தினான்காம் தேதி இரவில் அந்த வீட்டின்

மாடியில் நீண்டகாலத்தின் பின் வெளிச்சம் தெரிந்தது. அந்த ஆண்டின் வசந்தம் பிறந்த முதல்நாள் அது.

அவரைச் சந்திக்க எழுந்த பெரிய ஆவலை அவள் நசித்து அழித்தாள். அவரே போனெடுக்கமாட்டாராவென அந்தரங்கத்தில் அப்பொழுதும் ஒரு துடிப்பிருந்தது. அப்போது எல்லா பிணக்கு களையும் மீறிக்கொண்டு அவள் அவருக்குப் பதிலளித்திருப்பாள். தானாகவே போனெடுப்பது அர்த்தமில்லாததென்று அவள் புரிந்திருந் தாள்.

சிவம் இழப்பின் வலிகளைச் சுமந்தவர்போல் குனிந்த தலையோடு திரிவதை ஓரிரு தடவைகள் மேலே தன் அறையிலிருந்து கண்டாள். அவர் யாரோவாக மாறியிருந்தார். அது அவளை அக்கறைப் படுத்தியது. அவள் போனெடுத்தாள். பதிலில்லாது போக அவளாகவே தேடிச்சென்று அழைப்பு மணியை அடித்தாள். அவர் ஏன் அப்படியா னார் என்ற கேள்விக்கு பதிலைத் தெரிந்துகொண்டு திரும்புவதே அவளது எண்ணமாக இருந்தது. ஆனாலும் நேர்நேராய் அவரைக் கண்டபோது அவர் அந்த அழிவிலிருந்து மீட்டெடுக்கப் பட வேண்டியவரேயென அவள் மனது தீர்மானித்தது. அவள் அவரை வெளியில் சென்று காஃபி குடித்துவர அழைத்தாள்.

அவர் மவுனப்பட்டிருந்தார். அணுகி வந்து ஐயோவெனக் கதறி அழவேண்டும்போல் தவித்தாரே தவிர, காணாமலாகியிருந்த அந்தக் காலத்தின் அழிவுபற்றி வாய் திறக்கவில்லை.

நீரானது மிகவும் தெளிந்தும், நுரையற்றும், மிக்க பவித்திரமானதுமாக புராதனத்தில் இருந்ததாய், சோவியத்தோடு இணைந்த ஆர்மீனியா விலே கலாசார பரிவர்த்தனையாகத் திரையிடப்பட்ட பல்வேறு இந்திப் படங்கள் ஒன்றில் அறிந்திருக்கிறாள். அது கலங்கலும், நுரையுமாகி தோஷம் பெற்ற கதையையும் அதுவே சொல்லியிருந்தது.

நீருக்குத் தோஷம்போல் மனிதருக்கும். ஆதாமும் ஏவாளும் ஆதியில் தோஷமற்றுத்தான் இருந்தார்கள். அவர்களுக்கு அப்போது வெட்கம் வராதிருந்தது. தோஷம் ஏற்பட்டதும்தான் வெட்கம் தெரிந்தது. அதன் தோஷத்தோடும்தான் நீர் இன்றைக்கும் விரும்பப் படுகிறது. மனிதரின் தோஷத்தோடும்தான் அன்பு, காதல் எல்லாம் புரியப்படுகின்றன.

அவள் அந்த தோஷத்தோடும் அவர்மீது அன்பு செலுத்துவாள்.

3

பத்து மணிக்குள் விளக்குகளை அணைத்து இருளை விழுத்திக் கொண்டு அன்று கிநாரி அடங்கிவிட்டிருந்தது இயல்பில்லாதது. பதினொரு மணியளவில் கீழே வந்து 'தம்'பிடித்துவிட்டு, போகும்போது

சட்டர்களை மூடி கதவைப் பூட்டி நிதானமாக நாளின் தன் இறுதிக் காரியங்களை செய்கிறவள் அவள். எனினும் காலையில் மிகுந்த மனவுளைச்சலும், மாலையில் உறவினர்களோ நண்பர்களோ வந்ததில் கொண்டாட்ட அயர்வும் அவள் கொண்டிருக்கக்கூடிய சாத்தியத்தை எண்ணி சிவப்பிரகாசம் அடங்கினார். அவள் துயில்கொண்டிருப்பாள் என்றும் அவருக்கு நிச்சயமில்லை. தன்போல், தன்னைவிட தீவிரமாகவும், இருளின் துணைக்குள்ளிருந்து கடந்தகாலத்தை அவள் எண்ணியபடி இன்னும் விழித்திருக்கவும்கூடும். தன்னுடைய நிழலின் அசைவுகளை கண்ணாடியில் கண்டுகொண்டிருப்பதும் நடக்கக்கூடியதே.

அவர் எத்தனை மணிக்கு விளக்கை அணைத்தார், மறுபடி எப்போது ஏற்றினார், அது எத்தனை மணிவரை எரிந்து கொண்டிருந்த தென்ற கணக்குகள் சொல்லக்கூடிய அளவுக்கு அவளது கவனிப்புகள் முன்பு இருந்திருந்தன. 2001இன் ஜூன் 28க்கு முன்னான ஓர் இரவில், நீ தூங்காமல் வெகுநேரமாய் நடந்துகொண்டிருக்கிறாய், வாசிக்க புத்தகம் ஏதாவது தேவையாவென போன்செய்து கேட்டவள் அவள். இருந்தால் ஏதாவது கொண்டுவா என அவர் கூற, இந்தா மார்க்கரட் அற்வுட்டின் 'கற்ஸ் ஐ'; இதை வாசியென்று சொல்லி கொடுத்துவிட்டுப் போனாள். நினைவுகளின் அழுத்தத்தால் பக்கங்கள் சிலவற்றுக்கு மேல் வாசிக்க அவருக்கு முடியாது போய்விட்டது. இன்னும் அது தலைமாட்டு மேசையில் அப்படியே இருந்து கொண்டிருக்கிறது.

அவ்வாறான தங்கள் தொடர்பாடலை நிறைந்த வாசிப்புடைய இரண்டு பேர்களுக்கிடையிலான அணுக்கமாக அவர் என்றும் கருதியிருக்கவில்லை. ஆனாலும் முன்முயற்சிக்கு இருவரில் ஒருவர்கூட எத்தனம் பண்ணவில்லை.

ஏன் ஒருமாதிரி இருக்கிறாய், காய்ச்சலாவென்று நெற்றி, மார்பெல்லாம் தொட்டுப் பாரக்கிறவள்தான் கிநாரி. பண்டிகை நாட்களில் பிறந்தநாளில் நெருக்கமாய் அணைத்து முத்தமிடுகிறவள் கூட. இருந்தும் சுகத்துக்கான தொடுதலாக இருக்க விதி அன்று வரை அமையவில்லை.

ஒரு மனநாகரிகம், அந்த நட்பை சேர்ந்து வாழ்தலின் எல்லைக்குள் பிரவேசிக்கவிடாது தடுத்து வைத்திருந்ததாகவே அப்போது எண்ணி அவர் தளர்ந்தார்.

மனநாகரிகம்! ஒரு சலிப்போடு அவர் எதிரே கிடந்த அறுநூறு வரையான நூல்களைக் கொண்டிருந்த அலுமாரியை நிமிர்ந்து பார்த்தார். அவற்றால்கூட அந்த விபத்தைத் தடுக்கமுடியாது போன துக்கம் அதில் இருந்திருக்குமா.

மனநாகரிகமென்பது அவரது ஒருபுறம்தான். மறுபுறத்தில் மிகுந்த காட்டுமிராண்டித்தனம் இருந்திருந்தது. அன்று அவரும் அதை

அறியாமலேதான் இருந்திருக்கிறார். அதன் ஆக்ரோஷத்தை, முரண்டை அவர் ரோஷமென நினைத்தார்.

1999இன் டிசம்பர் மாத ஒரு முன்னிருளில் பஸ் எடுக்க அந்தக் குளிருக்குள் ஒரு சூட்கேசுடன் நடுநடுங்க நின்றிருந்த அவலத்தை எப்போதும் அவர் மறந்திருக்கவில்லை. அது அவர் செல்லுமிடமெல் லாம் கூடவே பயணித்தது. நித்திரையிலும் அருட்டி தன்னிருப்பை உணர்வித்தது. அப்பொழுது அவருள் ஒரு அசரீரி எழுந்து சிரிக்கும்: இப்பிடியொரு உழைப்பையும் களைப்பையும் ஆருக்காண்டிச் செய்யிறாய். ஆர் இருக்கினம் உனக்கு.

தன் குடும்பத்துக்கு இனி அது இல்லையென தெளிந்தநிலையில் அவர் ஒரு சுகவாசியாக மாறினார். சுகவாசம் வளர, சகவாசம் மாறியது. அப்போது நிறையப் பேர் அறிமுகமாகிறார்கள். அவர்கள் கூடுகிறபோது சிரிக்கிறவர்களாய் இருக்கிறார்கள். சிரித்தும் சுகித்தும் வாழவேண்டுமென்பதாக வாழ்க்கையின் அர்த்தத்தை அவர் அடைந்தது அந்தப் அமைப்பிலிருந்துதான்.

புதிதாக வாங்கிய அந்த வீட்டிலும்கூட இரவுகளை அவரால் இலகுவாகக் கழித்துவிட முடியவில்லை. அந்தளவு காட்டமான தனிமை எந்தக் காலத்திலும் தன்னில் சுமத்தப்பட்டிருக்கக் கூடாதென எண்ணிய அவரது மனம் வஞ்சத்தில் முறுகியெழுந்தது. அதுபற்றி நிறைய அவர் ஆலோசனைகள் செய்ததில் உபாயமொன்று அவருக் குள் திரண்டெழுந்தது. அதற்கான வாசல் ஒரு தமிழ்ப் பத்திரிகையில் வெளிவந்த ஒரு விளம்பரத்தின்மூலம் அவர்முன் திறந்தது.

ஒரு தனி வாழ்க்கையானது ஆரத்திலிருந்து கழன்ற ஒரு மணி போல. மிகுந்த அவதானமில்லாவிட்டால் மணி எங்கோ... எங்கோ... போய் தன்னைத் தொலைத்துக்கொள்கிறது.

அந்த விளம்பரத்தைக்கூட ஏறக்குறைய ஒரு வாரமாக வைத்துப் பார்த்துக்கொண்டேயிருந்தார் சிவப்பிரகாசம். அவரால் அந்தளவுக்குத் துணிய முடியாமலிருந்தது. ஆயினும் விழுந்துகிடந்த தனிமையை உடைக்க அவர் வேறுவழி இல்லாதவராய் ஒருநாள் காரியத்தில் துணிந்தார்.

இன்னும் வெய்யில் மேற்கு மூலைக்குள் எரிந்தபடி விழுந்து கொண்டிருந்த ஒரு சனிக்கிழமை மாலை விளம்பரத்தில் கண்டிருந்த தொலைபேசி எண்ணை சிவப்பிரகாசம் அழுத்தினார். கிலோ மீற்றர்கள் கடந்து மொன்றியல் நகரத்தைநோக்கி அது பறந்தது.

ஒருவரின் குரலோசை மட்டுமே வலுவுள்ள ஒரு அம்சமாய் ஒருவரைத் தாக்க முடியுமென்பதை அவர் எப்போதும் நம்பியதில்லை. ஆனால் ஐந்நூறு கிலோ மீற்றர் தொலைவிலிருந்து அந்தக் குரலின் முதல் ஒலித் துகள் ஹலோவென தொலைபேசியூடாக காதில்

விழுந்தபோது செந்தமிழ்நாடெனக் கேட்ட பாரதியின் நிலையாகி விட்டது அவருக்கு.

அவர் பத்திரிகை விளம்பரத்தைச் சொல்லி வின்ஸியோடு பேசவேண்டுமெனக் கேட்டபோது, மெல்லிய சிரிப்பின் கிணுக்கத்தைச் செய்துவிட்டு, 'அதுவா... அது நான்தான்...' என்றது அக் குரல். மேலே பேசமுடியாத ஒரு திணறலையும், அதில் இழையோடிய நாண அலைகளையும் உணர்ந்ததில் பெண்ணாகி வந்த ஒரு தேவதை யோடு உரையாடிக் கொண்டிருக்கும் இறும்பூது சிவப்பிரகாசத்துக்கு.

அடுத்த சில நிமிடங்களில் அவரும் அவளும் தம்பற்றி மேலோட்ட மான சில விஷயங்களைப் பரிமாறி முடித்தனர். இனி நேரில் பார்த்து கதைக்கவேண்டிய தகவல்களே உள்ளனவென்ற நிலையில் அவளிடமிருந்தே அந்த அபிப்பிராயம் பிறந்தது. 'நீங்கள் மொன்றி யலுக்கு வாறனீங்களோ.'

'கனடாவுக்கு வந்து இந்தளவு காலத்தில ஒருநாள்கூட நான் மொன்றியல் வரேல்லை. எண்டாலும் உங்களை பாக்க... பேச... வேணுமெண்டா வாறன்.'

'இதுக்காண்டி வரவேணுமெண்டில்லை. வாற பதினாறாம் தேதி நானே ரொறன்ரோவுக்கு வர இருக்கிறன். அப்ப சந்திப்பம்.'

'ஓ!' அவர் சம்மதித்தார்.

சந்திப்பு அதே மாதம் 22ஆம் தேதி ஞாயிறு மாலை எட்டு மணிக்கென்பது திட்டம். அந்த வார வெள்ளி மாலையில் வீடு வந்தவர், முன்தீர்மானத்தின்படி ஸ்பீடி ஹேர் டையோடுதான் வந்தார். இரவின் முன்பகுதி முழுக்க மினக்கெட்டதில் தலையையும் மீசையையும் முழுக் கறுப்பாக்கிவிட முடிந்தது.

ஞாயிற்றுக்கிழமை மாலைவரை பரபரப்பைத் தவிர அவர் வேறெதையும் கொண்டிருக்கவில்லை. ஏற்கனவே சென்றுபழக்க மிருந்த ஒரு றெஸ்ரோறன்ருக்கு அவளை அழைத்துச் செல்ல தீர்மானித்துக்கொண்டு வின்ஸிக்கு போனெடுத்து அவளை பிக்அப் செய்ய எங்கே வரவேண்டுமெனக் கேட்டார்.

அவள் வேண்டாமென்று, தானே அங்கு எட்டு மணிக்கு வந்து விடுவதாகத் தெரிவித்தாள். 'றெஸ்ரோறன்ரின்ர பேரையும் விலாசத்தையும் சொல்லுங்கோ.'

அவர் அதன் பெயரை ஆங்கிலத்தில் உச்சரித்தார்.

'உண்மையா' என்றாள்.

'இல்லை, ஊண் மெய்யெண்டு அதைச் சொல்லவேணும்' என்றார் அவர்.

'பேரே நல்லாயிருக்கே. நல்ல றொமான்ரிக் பிளேசாய்த்தான் இருக்கும்போல' என்று அவள் தன் மதுர ஒலியில் கிணுகிணுத்தாள்.

அவர் ஊண்மெய் றெஸ்ரோறன்ருக்கு போனபோது ஏழே முக்கால். எட்டு மணிவரைகூட அவள் குரலொலியின் பரவசத்தில் இருந்தார்.

கறுப்பு ஜீன்ஸில் கறுப்பு ஜாக்கெற்றுடன் ஒரு கறுப்புப் பெண் றெஸ்ரோறன்ரின் உள்ளே வந்ததையும், சுற்றிவர பார்வையை வீசியதையும், சிவந்த அவரது தோற்றத்தில் ஒரு கணம் நிலைகுத்தி விட்டு மறுபடி மீட்டுக்கொண்டதையும் சிவப்பிரகாசம் கண்டு கொண்டுதான் இருந்தார். அடுத்த சில வினாடிகளில் அவரது செல்போன் கிணுகிணுத்தது.

'எங்க இருக்கிறியள்.'

'உள்ளதான் இருக்கிறன்' என்று கையசைத்துக் காட்டியபோது அவரில் பாதி உயிர்தான் இருந்தது.

அவள் திடும் திடுமென நடந்து அவரது மேசைக்கு வந்தாள்.

அவரது தோளுயரத்துக்கு இருந்திருப்பாள். அதனாலேயே கொஞ்சம் குண்டாகத் தென்பட்டாள். கறுப்பாய் இருந்தாள்.

அவளை வரவேற்க அவர் கையை நீட்டினார். மிக்க லாவகமாக அதைப் பற்றி உறுதியாகக் குலுக்கிவிட்டு அவள் கதிரையை நகர்த்திப் போட்டுக்கொண்டு அமர்ந்தாள்.

அவளுக்கும் தனக்கும் இடையே அந்த மேசை மட்டுமில்லை, இன்னும் பல கூறுகளும் வித்தியாசமாயிருந்ததை உள்வாங்கிய படியே அவரும் அமர்ந்தார்.

ஒவ்வொரு மேசையின் மேலும் கூரையில் பொருத்தப்பெற்றிருந்த சிறிய ஸ்பீக்கர்களிலிருந்து மெல்லிய ஆங்கில தமிழ்ப் பாடல்கள் மாறிமாறி இழைந்துகொண்டிருந்தன. நிறைந்த இடைவெளிகளில் இருந்த மேசைகளில் பல்லின மக்கள் ஒருவர் இருவராய் இருந்து மதுவினையோ, உணவினையோ ருசித்துக்கொண்டிருந்தனர்.

ஒரு ஞாயிற்றுக்கிழமையின் அசைவிறுக்கம் அங்கேயும் இருந்து கொண்டிருந்தது. சனிக்கிழமையானால் ஏக தடல்புடலாக இருக்கும் அங்கே. அவர் அவ்வப்போதெனினும் அங்கே வந்திருக்கிறார். அவர் அதன் நீரோட்டத்தை அறிந்தவர்.

அவளது குரலிலிருந்து அவர் மனத்தில் வார்பட்டிருந்த பிம்பம் அதுவில்லை. அது ஓர் சுக உணர்வாய் விகாசம்கொண்டிருந்தது. அவளை நேரில் காணும்வரை ஓர் இனிமையாய் உறைந்திருந்த உணர்வு அவளைக் கண்முன்னால் கண்டதும் சிதறிப்போனது.

அவள் முகம் முழுக்க முறுவல் பூக்க அமர்ந்திருந்தாள். அவரது மனத்தில் தோன்றியிருக்கவேண்டிய பரவசம் அல்லது மகிழ்ச்சி அதுவரை தோன்றியிராததை அவள் அவதானித்திருக்க முடியும். ஆனாலும் அவளிடத்தில் நிறைய நம்பிக்கையிருந்ததாய்ப் பட்டது.

அவள் அமர்ந்ததைத் தொடர்ந்து வந்த பரிசாரகன் அவர்களது ஓடர்களுக்காக காத்திருந்தான்.

அந்த உறைவு நிலையை அவளே மாற்றினாள். 'ஒரு மெல்லிய ட்றிங்ஸோட தொடங்குவம்' என்றுவிட்டு கேட்டாள்: 'நீங்கள் என்ன எடுக்கிறியள்.'

அவர் ஓர் அசடுபோல் மெல்லச் சிரித்தார். 'எனக்கு வேண்டாம். ட்றைவிங் இருக்கெல்லே.'

'வைன் கொஞ்சம் எடுத்தால் பரவாயில்லை.' அவள் வைனுக்கு ஓடர் கொடுத்தாள்.

பரிசாரகன் அந்த இடத்தைவிட்டு அகன்றதும், 'நீங்கள் குடிக்க மாட்டியளோ' என்றாள் ஒரு அதிசயம்போல.

'அப்பிடியில்லை... சாப்பிடுறதெண்டா எனக்கு குடி அவ்வளவு முக்கியமில்லை.'

'குடிக்கிறது எனக்கும் முக்கியமில்லைதான். ஆனா மொன்றியல்ல இதுதான் கல்ச்சர். அங்க கொஞ்சம் இஞ்சத்தயவிட வித்தியாசம்தான, அதால... அந்த பிரெஞ்சுக் கலாச்சாரம் எங்கள்லயும் கொஞ்சம் பிரண்டிட்டுதெண்டு வையுங்கோவன்.'

வைன் வந்தது. பரிசாரகனே திறந்து இருவருக்கும் வார்த்தளித்தான்.

அவள் சியேர்ஸ் சொல்லி பானத்தை உறிஞ்சினாள்.

அவர் முன்பு ருசி தெரியாதிருந்த வைன் கிண்ணத்தை மெல்ல எடுத்தார்.

அவள்மீதிருந்த ஒட்டின்மை அந்தளவில் அவரிடத்தில் ஓரளவு தளர்வு பெற்றிருந்தது. அந்த தடித்த, கறுத்த, மென்மையற்று ஒரு வலிமையை எந்த அசைவிலும் காட்டிக்கொண்டிருந்த உருவத்திலிருந்து கிளர்ந்த மெல்லொலி மறுபடி அவரை ஈர்த்து நிலைப்படுத்தியிருந்தது.

பிறப்பு, வளர்ப்பு, கல்வி, கல்யாணம், பிரிவின் காரணங்களென பலவும் அவர்கள் பேசினர்.

அவர் தான் அதுவரை விவாகரத்து பெறவில்லையெனினும், விவாகரத்தை எப்போது வேண்டுமானாலும் பெற்றுக்கொள்ளலாம் என்றார். தனது தனித்த வாழ்க்கையின் காரணத்தை அவள் கணவனின் விபத்து மரணமென்றாள்.

அதிலிருந்து ஒரு முடிவுக்கு அவர் மிகச் சமீபத்தில் வந்துவிட்டதை அவள் கண்டாள்.

வைனை வார்த்து அருந்துவதிலிருந்த இலகுவிலிருந்தே அவள் விஸ்கி பிறண்டியும் குடித்து பழக்கமானவளென்பதை அவர் அனுமானித்தார். அவள் குரலில் இன்னும் இனிமை அதன்

காரணமாகவே மேலே மேலேயென ஏறுமுகமாய் இருப்பதாய் அவருக்குத் தோன்றியது.

அவள் அவரது தற்போதைய வேலைபற்றி வினவினாள். பிறகு தனது வேலைபற்றிச் சொன்னாள். தன் இலங்கைப் பல்கலைக்கழக பட்டப் படிப்பு தனக்கு உரிய வேலையை கனடாவில் பெற்றுத்தர வில்லையென்றும், தான் அப்போது ஒரு பல்பொருள் அங்காடியில் முகாமையாளராக வேலை செய்வதாகவும் சொன்னாள்.

அப்போது, அதுவரை நேர் முன்னால் இருந்து சம்பாஷித்துக் கொண்டிருந்தவள் தனக்கு மிகஅருகாய் கதிரையை நகர்த்திக்கொண்டு வந்திருந்ததை அவர் தெரிந்தார். அவரது கை அவளது கைகளுள் அடங்கியிருந்தது. மேசைக்கு மேலாய் கொஞ்சம் சரிந்திருந்து அவரைநோக்கித் திரும்பிப் பார்த்தபடி அவள் பேசிக்கொண்டிருந் தாள். அப்போது அவள் சொன்னாள், தனக்கு பதினாறு வயதில் ஒரு மகன் இருப்பதாக.

அவர் அதிரவில்லை. அதைவிட தனது மூத்த மகளுக்கு இரண்டொரு வயது அதிகமாயிருக்குமென்றார் அவர்.

அதுவொரு பிரச்சினையாக இருக்கலாமென அவள் கொண்டிருந்த சஞ்சலம் அவரது அந்தப் பதிலில் அசைந்து விலகியது.

அவர் ஒரு பரவசத்திலும் வெறியிலும் இருந்தார். அவள் ஒருபோது குழைந்து சொன்னாள்; சிலபோது கிளுகிளுத்தாள். சிறிது உணவு அருந்திய பின் அவள் கேட்டாள், 'சரி, எப்ப மொன்றியலுக்கு வரப்போறியள்' என.

'அடுத்த மாசம் முதல் சனிக்கிழமை வாறன். பத்து மணிபோல வெளிக்கிடுவன். அநேகமாய் பின்னேரம் அஞ்சு மணிக்கு முன்னால அங்க நிக்கேலும். விலாசத்தை மசேஜ்ஜில போட்டுவிடுங்கோ. ஐபிஎஸ்'ல போட்டா சுகமாய் வந்திடலாம்.'

அப்போது அவள் நிமிர்ந்து அவரது கன்னத்தில் முத்தமிட்டாள்.

சிவப்பிரகாசம் அதற்கு வெட்கப்படவில்லை.

மறுநாளிலிருந்து வின்ஸியின் நினைவு போகும் வரும் இடங்களுக் கெல்லாம் அவரைப் பின்தொடர துவங்கிவிட்டது. வேலைக்குச் சென்றார். வீட்டுச் சாமான்கள் வாங்க தமிழ்க் கடைக்குப் போனார். நூலகம் போய் பேப்பர், மகஸீன்கள் வாசித்தார். அப்போதும் தன் தலைச் சாயம் குறித்த ஒரு சின்ன வெட்கம் எஞ்சியிருக்க மகாலிங்கத்தைக் காணச் சென்றார். கூட அவள் நினைவையும் சுமந்தபடியேதான் எங்கும் சென்றார்.

ஒருநாள் இரவு எட்டு மணியளவில் செல்பேசி மணி அடித்தது. போனை எடுத்தவருக்கு இன்ப அதிர்ச்சி. வின்ஸியின் குரலினிமை அதில் கசிந்துகொண்டிருந்தது.

‘என்ன, ஆச்சரியமாயிருக்கோ’ என்றாள் வின்ஸி.

‘கொஞ்சம். எதிர்பார்த்திருக்கேல்லைத்தான, அதால. என்ன விசேஷம்.’

‘ஓகஸ்ற் முதல் சனிக்கிழமை நீங்கள் வாறது நிச்சயம்தான? ஏனெண்டா எனக்கு ஒட்டாவாவில ஒரு அலுவலிருக்கு...’

அவருக்கு பதற்றமாகப் போய்விட்டது. அவர் அவதியில் அவசர மாக உழறினார்: ‘வாற சனிக்கிழமை காலமை நான் வெளிக்கிடுறது நிச்சயம்தான்... கட்டாயம் வாறன்.’

‘அப்பிடியெண்டாச் சரி. ஒட்டாவாக்கு போறத பேந்து வைச்சுக் கொள்ளலாம்.’

தனது பதற்றமும், அவசரமும் அப்போதுதான் அவருக்குப் பிரக்ஞையாகின. தெளிவடைந்தவர், ‘நீங்கள் ஒட்டாவாவுக்கு அவசியமாய் போகத்தான் வேணுமெண்டாப் போங்கோ. நாங்கள் வேறையொரு நாளில... சமர் வக்சேஸன் வந்தாப்பிறகுகூட...’ என்றார்.

‘இல்லையில்லை’யென இப்போது பதறியது வின்ஸி. ‘நீங்கள் வாறதுதான் எனக்கு முக்கியம். ஒட்டாவா போறத அடுத்தடுத்த கிழமைக்கும் வைக்கலாம். சனிக்கிழமை பின்னேரம் கட்டாயம் பாத்துக்கொண்டிருப்பன் உங்கள.’

தன் மீட்சியை முழுமையாக உணர்ந்திருந்தார் சிவப்பிரகாசம். செல்பேசியில் பேசுகிறோமென்ற எண்ணமின்றியே அரை மணி நேரத்துக்கு மேல் அவளது குரலின் இன்பத்தை அவர் அனுபவித்து விட்டார்.

வின்ஸியின் தொலைபேசி வந்த இரண்டு மூன்று நாட்களின் பின் அவரே தொலைபேசியில் அவளை அழைத்தார்.

முதல்நாளே அவர் அழைப்பாரென தான் எதிர்பார்த்திருந்ததாக அவள் சிணுங்கினாள். அவருக்கு அது உவப்பாக இருந்தது. ஒரு நண்பர் வீடு வந்து நீண்டநேரமாய்ப் பேசிக்கொண்டிருந்ததில் போனெடுக்க முடியவில்லையென பொய்யுரைத்த வேளையிலும், தான் அவளுக்கு முற்றிலுமாய் ஆட்பட்டிருந்தாரென்ற உண்மையை அவர் உணர்ந்திருந்தார். ஆனால் அதன் விளைவும் மீட்சியும்பற்றித் தான் அவர் யோசிக்கவில்லை.

சனிக்கிழமை அவர் கண்விழித்தபோது உடம்பிலும், மனத்திலுமாய் ஏறக்குறைய பத்து வருஷங்களை அநாயாசமாகக் கடந்த உள்ளப் பூரிப்பில் இருந்திருந்தார். வெண்மை படர்ந்திருந்த அவரது தலை கருமை கவிந்து கிடந்தது. முகம் பொலிந்திருந்தது. அவரே சிலவேளை கண்ணாடியில் ஆள்மாறாட்டம் பட்டார்.

மனிதர்கள் கொள்ளும் அந்தமாதிரி ஆசைகள் நியாயமானவை

எனினும், தேர்வுகளால் துக்கங்கள் சூழ்ந்துவிடுகின்றன. ஓர் ஆணும் ஒரு பெண்ணும் திருமணம் செய்வதோ, கூடிவாழ்வதோ உயிர்த் தேவைகளாய் ஆகியிருக்கையில் உறவுகள் மேம்படுவதும், அது உடற் தேவையாக மட்டுமாகையில் ஏற்கனவேயிருந்த நிலைமையிலும் அவை தாழ்ந்து கேவலம் அடைவதும் தவிர்க்க முடியாதவை.

இவற்றில் எதை அடையவோ சிவப்பிரகாசம் மொன்றியல் புறப்பட்டுச் சென்றார்.

சனியிரவை மோட்டல் ஒன்றில் தங்கிவிட்டு மறுநாள் திரும்புவது தான் அவரது திட்டமாக இருந்தது.

மொன்றியலை அடைந்தபோது அந்த ஆறு மணிப் பயணம் அவரை எதுவித களைப்புக்கும் ஆட்படுத்தியிருக்கவில்லை. இன்னும் மனம்கூட அவளைச் சந்திக்கும் ஆவலில் துடித்துக் கொள்ளச் செய்தது. ஒருவழிப் பாதைகளாகவிருந்த அந்தப் பகுதியில் அவளது வீடிருந்த றூ டி சப்பலில் தெருவோரம் வேனை நிறுத்திவிட்டு இலக்கத்தைத் தேடிக் கண்டுகொண்ட பின் அழைப்பு மணியை அழுத்த அவர் படியேறும்போதே கதவைத் திறந்துகொண்டு முன்னால் வந்து நின்றாள் வின்ஸி. 'வாருங்கோ' என்றாள்.

உடம்பைக் கழுவிக்கொள்ளலாம், மாற்றுடை உண்டுவென வின்ஸி அவரை வற்புறுத்திக்கொண்டிருந்தாள். 'இல்லை... ஒன்பது மணிக்குள்ள போய் என்ர கூட்டாளி ஒருதரையும் நான் காண வேணு'மென அவர் சாட்டுச் சொல்லிக்கொண்டிருந்தார். அங்கே வந்தது இன்னும் கூடுதலாய் ஒருவரையொருவர் தெரிந்து கொள்வதற் காகத்தான் என்ற பாசாங்கினை முடிந்தவரை அவர் வெளிப்படுத்தி னார்.

அவள் அவருக்கருகில் நெருங்கி அமர்ந்திருந்தாள். அவள் கொடுத் திருந்த வைன் இன்னும் கிளாஸில் அப்படியே இருந்து கொண்டிருந் தது. அவள் ஏதாவது சொல்லிவிடுவாளோவென எடுத்து மெல்லப் பருகினார். அது கொஞ்சம் உஷாரும் துணிவும் கொள்ளச்செய்யும்.

மேலே அறையுள் அவளது மகன் கொம்ப்யூட்டரில் கேம் விளையாடிக்கொண்டிருந்தமை கிளுக்கிளுக்... கிளுகிளு... என்ற வன்சத்தத்தில் தெரிந்தது.

சின்ன அந்த வீட்டை மிக அழகாக வைத்திருந்தாள் வின்ஸி. ஆயிரக் கணக்கில் பெறுமதியான அலங்கார பொருள்களும் விளக்கு களும். சுமார் நூறு குமிழ்களைக் கொண்டிருக்கக்கூடிய ஓர் அலங்கார விளக்கு மேலே தொங்கியபடியிருந்து கண்கூசாத குளிரொளியைச் சிந்தியது. சூழலும் அழகாயிருந்தது. கூடத் துள்ளிருந்து பார்க்க சென் ஜோசப் தேவாலயம் மலையில் தெரிந்தது.

வைனும், அந்த மென்னொளியும் அவர் மனத்தில் கிறக்கத்தை

உண்டாக்கிக்கொண்டிருந்த வேளையில், வின்ஸி இன்னும் நெருங்கிக் கேட்கிறாள், 'உங்கட நண்பரைப் பாக்க இப்பவே போகவேணுமோ' என. 'வாறதாய்ச் சொல்லியிட்டனே' என்று சிவம் அப்போதும் சுணங்கினார். ஆனால் அவளுக்குத் தெரியும், அவர் நினைத்திருப்பது போல் நடக்கப்போவதில்லையென்று.

திடீரென அவர் கேட்டார்: 'அதென்ன வின்ஸியெண்டு... முழுப் பேர் என்ன.'

'என்ர முழுப்பேரே வின்ஸிதான். வின்ஸ்லோ எண்ட அமெரிக்கர் இங்கிலிஷ் தமிழ் அகராதியொண்ட எழுதினவராமே. என்ர தாத்தா சென்னையில படிச்சு வித்துவான் எம்.ஏ. பட்ட மெல்லாம் எடுத்தவர். சிலோனில தமிழ்ப் பள்ளிக்கூடத்தில தலைமை வாத்தியாராய் இருந்தவர். அவருக்கு இந்த வின்ஸ்லோவை நல்லாய்ப் பிடிச்சிருந்து தாம். அந்த ஞாபகத்துக்காய் தாத்தா எனக்கு வைச்ச பேராம் இது' எனச் சொல்லி வின்ஸி கடகடவெனச் சிரித்தாள். நிறுத்த முனைந்து முடியாமல் பிறகும் சிரித்தாள்.

'இதில சிரிக்க என்ன கிடக்கு.'

'சொல்லுறன். முதல்ல உங்கட கிளாஸை முடியுங்கோ.'

சிவம் கிளாஸை வெறுமையாக்கினார்.

ஒரு கரண்டியினால் இறைச்சி வறுவலை எடுத்து அவருக்கு ஊட்டிவிட்டு வின்ஸி சொன்னாள்: 'தமிழ் வாத்தியாரெண்டா உங்களுக்கு என்ன ஞாபகம் வரும். சாந்தமாய்... திருநீறு சந்தணம் பூசின நெத்தியோட..... நாஷனல் போட்டு வேட்டி கட்டின ஒரு உருவத்தைத்தான. ஆனா தாத்தா அப்படி இருக்கேல்லை. எப்பவும் கோபக்காறனாய், மூலக்கொதியனெண்டு எல்லாரிட்டயும் புறணி கேக்கிறவராய்த்தான் இருந்தார். தாத்தா வேலை செய்த பள்ளிக்கூடம் துவக்கத்தில முன்னூறு நானூறு பிள்ளையளோட இருந்துதாம். அடியாத மாடு படியாதெண்டு தாத்தா சொன்ன பழமொழியை நம்பினதால கொஞ்சக் காலத்தில அது இருநூறாய்க் குறைஞ்சு போச்சாம். அவர் மாதிரித்தானாம் நான். எல்லாரும் சொல்லுவின.

'உங்களுக்கும் கோபம் நல்லாய் வருமோ.'

'கோபமென்ன, கையும் வரு'மென்று வின்ஸி கலகலத்தாள்.

சிவம் அதை ரசித்தார்.

மீண்டும் வைனும், பேச்சுமாக நேரம் கழிந்துகொண்டிருந்தது. தாஸ் இன்னும் மாடியறையிலிருந்து கிளுகிளுத்துக்கொண்டிருந் தான். ஒருபோது வின்ஸி அவரது கைகளுக்குள் இருந்தபடி கேட்டாள்: 'உங்கட சினேகிதர் வீடுபோக நேரமாகேல்லையோ.'

அவர் சொன்னார்: 'இப்பவே சரியாய் நேரம் போட்டுது. இனிப் போய் வாசல்ல மணி அடிச்சுக்கொண்டு நிண்டா நல்லாய் இருக்காது.'

சிறிதுநேரத்தில் மேலே கேட்டுக்கொண்டிருந்த கொம்ப்யூட்டர் சத்தம் நின்றுபோயிருந்தது. குளித்து வந்த அவரை அவள் சாப்பாட்டு மேசையில் அமர்த்தி உணவு பரிமாறினாள். தானே குழைத்து தீத்தியும் விட்டாள். பிறகு அவரே அவளை அவளது படுக்கையறைக்கு செல்லமாய்த் தள்ளிச் சென்றார்.

வயதை மீறிய வேட்கை காட்டினார் அவர். அவரது வெறிக்கு அவளும் சளைக்காதவளாய் இருந்தாள். நெடுநேரத்தின் பின் அவர்கள் ஓய்ந்தபோது, புனித ஜோசப் ஆலயத்தின் காலைப் பூஜை மணியோசை மலையிலிருந்து கேட்கத் துவங்கியிருந்தது.

மூன்று நாட்கள் அங்கே தங்கினார் சிவப்பிரகாசம்.

அவரைத் தவறவிட்டுவிடக் கூடாதென்ற நிச்சயம் முதல் சந்திப்பி லேயே அவளிடம் உண்டாகிவிட்டிருந்தது. மொன்றியலில் தன் வீட்டில் நடந்த சந்திப்பில் அவள் அவரை முழுவதும் ஆட்கொண்டு விட்டிருந்தாள். அது ஒரு பலாத்காரமாக இருக்கவில்லையே தவிர, அதற்கான அத்தனை எத்தனங்களும், யுக்தங்களும் கையாளப் பட்டிருந்தன. அதை அவர் உணரவில்லை. அவரது கணக்கியல் பட்டப்படிப்பு அந்த எரிகாமத்தின் முன்னால் எந்தக் காப்பைச் செய்யும்.

அடுத்த வாரத்திலும் ஒரு வெள்ளி மாலை வந்து, ஞாயிறு மதியம் திரும்பினார். பின் இரண்டாம் வாரத்தில் வந்து இரண்டு நாட்கள் தங்கிப்போனார்.

ஓரிரு மாதங்களிலேயே வின்ஸி அவர் வேலையை விட்டுவிடுவதற் கான யோசனையைப் புகட்டத் தொடங்கிவிட்டாள். 'இஞ்சயே இருந்திடுங்கோ. கிழமைக்கொருக்கா... ரண்டு கிழமைக்கொருக்கா... இதென்ன கூத்தாடி வாழ்க்கை.'

'வேலையை விட்டிட்டு வந்து மொன்றியல்ல நான் என்னத்தைச் செய்யிற'தென்றார் அவர்.

'உங்களிட்ட படிப்பிருக்கு. பிறகேன் யோசிக்கவேணும். கனடிய வரியளைப்பற்றி ஒரு கோர்ஸ் செய்திட்டியளெண்டா வேற ஆரும் ஏன் உங்களுக்கு வேலை தரவேணும்.' ஒரு கேள்வியையே பதிலாக்கி அவர் முன் விரித்தாள் வின்ஸி.

'இந்தப் படிப்போடதான் ரொறன்ரோவிலயும் இருந்தன். அப்ப இதுக்கான வேலை எனக்குக் கிடைக்கேல்லயே.'

'அதுக்கு கொஞ்சம் நடைமுறை விஷயம் தெரிஞ்சிருக்கவேணு' மென்று கிறங்கும் ஒரு இதழ்க் குவிப்பைச் செய்தாள் அவள்.

அவர் புதுவழியே கண்டவர்போல் வேலையைவிட தீர்மானித்தார்.

ரொறன்ரோ வந்து அவர் வேலையை விடுவதற்கான அலுவலை

மூச்சாகக் கவனித்தார். அதேவேளை கியுபெக் மாநில வரிசம்பந்த மான பரீட்சைக்கும் படிக்கலானார். மூன்று மாதங்களுக்குள் அவருக்கு கம்பெனி ஓய்வுகொடுத்து அவரை வீடு செல்லலாம் என்றது. அறுபதாயிரம் டொலருக்கான காசோலையுடன் திரும்பி வந்தவர், அதை அப்படியே வின்ஸியிடம் நீட்டினார்.

'என்னிட்ட எதுக்கு' எனச் சிணுங்கியவள் மறுநாளே அவரை பி.எம்.ஓ. வங்கிக்கு அழைத்துப்போய் அவர் பெயரில் ஒரு கணக்கை ஏற்படுத்தினாள்.

அதன் பின் மகாலிங்கத்தை மட்டுமில்லை, சிவப்பிரகாசம் கிநாரியையும் மறந்தார். எல்லாரையும் எல்லாவற்றையுமே மறந்தார். அவர் மறக்காதது ரொறன்ரோவில் ஒன்று உண்டென்றால் அது அவரது வீடுதான்.

ஆறு மாதங்கள் ஆகின்றபொழுதில் அந்த வீட்டின் நடைமுறை களில் சுவறியிருந்த ஒரு சின்னக் கசப்பை சிவப்பிரகாசம் மெல்ல மெல்லவாய் உணரத் தொடங்குகிறார்.

வின்ஸியின் மகன்மீதான பரிவும் பாசமும் அதீதமான எல்லை சென்றிருந்ததாய் அவருக்குப் படுகிறது. அதுவே அவனை தான் தோன்றியாய் அலைய வைக்கிறதாய் அவரது எண்ணம். முதலில் அவன் படிப்பை நிறுத்துகிறான். மாலைகளில் வெளியே போய் நீண்டநேரம் தங்கி வருகிறான். பிறகு இரவுகள் சிலவற்றை வெளியி லேயே தங்கிவிடுகிறான். ஒருநாள் கேர்ள் பிரண்ட் என்று ஒரு ஆபிரிக்கக்காரியை வீட்டுக்குக் கூட்டிவந்து ஒரு பகல் முழுவதுமாய் அறையுள்ளிருந்து பாட்டும் ஆட்டமுமாய் அட்டகாசம் பண்ணி னான்.

அவர் வின்ஸியைக் கேட்கத்தான் செய்தார். 'இஞ்ச இதுகளெல் லாம் இப்பிடித்தான். அதுகள் சின்னப் பெடியனும் பெட்டையும்தான' என்றாள் அவள். 'படிக்கவும் போகேல்லயே' என்றதற்கு, 'அதை தன்மையாய்ச் சொல்லித்தான் அவனுக்கு விளங்கப்படுத்தவேணும்' எனச் சொன்னாள். அவனைத் திருப்திப்படுத்துவதையே முதன்மை யான காரியமாய் எண்ணி அவன் வேண்டுவன வேண்டாதனவெல் லாம் செய்து உபசரித்தாள். அவனை மேலும் அவன் வழியில் நடக்க அவை உந்துதலாயிருக்குமென அவர் அவளை எச்சரித்தார். அவள், 'எல்லாம் நான் பாத்துக்கொள்ளுறன்' என்று அதை அசட்டை செய்தாள்.

மேலோட்டமாகவென்றாலும் இவை காதில் விழுந்தபோது ஏற்கனவே தாஸிடத்திலிருந்த அவர்மேலான வெறுப்பு இருமடங்கு மும்மடங்காய் அதிகரித்துவிட்டது.

மேலே சலசலப்பு குழப்பம் வாக்குவாதங்கள் தவிர்க்க முடியாதவை.

அவரைவிடவும் அவனே அவளுக்கு முக்கியமானவனாக எல்லா அம்சங்களிலும் ஆகிநிற்கிறான். அவளது மனநிலையை அவர் விளங்கிக்கொண்டிருக்க வேண்டும். தாய் பிள்ளை பாசமென்பது உண்மையில் உயிர் கொடுக்கும் விந்தையிலிருந்து பிறக்கிறது. அது அதீத அளவாக ஆகியிருந்தபோதும்தான் இயல்பானது.

தாசுக்கு அப்போது பதினேழு வயது நடந்துகொண்டிருந்தது. அனுபவிக்காவிட்டாலும் விஷயங்களாய் அந்த வயது சரீர உணர்ச்சி களைத் தெரிந்தே வைத்திருக்கிறது. காமமும் காதலுமென தறிகெட்டுக் கிடக்கும் மனம் காமமாய்க் கெட்டுப்போவதுமோ, காதலாய் நெறிப்படுவதுமோ நிகழ்கிற பருவம் அதுதான். அவர் அவள்மீதான கரிசனையளவு அவன்மீதும் காட்டியிருக்கவேண்டும். அவர் காமக் கடும்புனல் ஆடிக்கொண்டு கவனியாதிருந்துவிட்டார்.

அவன் அவரைக் கண்டு ஓடினான்போலத்தான்பட்டது. ஒளித்தான்போலவும் இருந்தது. வெளியில் அதிகமாய்த் அவன் தங்கியதே அவரிலிருந்து ஒளிந்துகொள்ளத்தானோ. பயத்தினாலல்ல, அதை அவன் அவர்மீதான வெறுப்பினால் செய்தான். அதை அவர் புரிந்துகொள்ளவில்லை. தங்களுக்குக் கிடைத்த நிகர தனிமை என அவர் எண்ணினார். நிலைமை தீவிரமடைந்தபோது செய்ய எதுவுமிருக்கவில்லை.

அந்த அந்நியன் தன் தாயைப் பாவிப்பதான ஓர் எண்ணம் அவனிடத்தில் எப்படியோ வந்து விழுந்துவிட்டிருந்தது. அவளே ஒரு துணையைத் தேடும் முன்முயற்சியை மேற்கொண்டிருந்த போதும், படுக்கையில் அவளே காமாந்தகாரியாய்ச் சந்நதமிட்ட போதும் தாஸ் ஏனோ அவரில்தான் தன் கோபத்தையும் வெறுப்பை யும் காட்டத் தொடங்கினான்.

வளர்ந்த பிள்ளை இருக்கும் ஒரு தாயுடன் ஒருவர் மணமுறை மூலமாகக்கூட கொள்ளும் உறவு மிகநுட்பமாகக் கையாளப் பட்டிருக்க வேண்டியது. அவரோ அவ்வாறு இல்லாத நிலையிலும் அதை எண்ணச் செய்யவில்லை. மாறாக, என்ன, உன்ர மோனுக்கு என்னைப் பிடிக்கேல்லைப்போல; அவன்ர பார்வையே ஒருமாதிரி இருக்கென்று அவளிடம் புகார் செய்வதோடு முடித்துக் கொண்டார்.

அவள் தானே அதைக் கண்டிருந்தவள். அதற்குத் தக புத்திபூர்வ மான அணுகுதலை அவள் செய்தாள். அவருக்கு அவளைமட்டும் வேண்டியிருந்தது. அவளுக்கோ மகனையும் வேண்டியிருந்தது. அவனது ஆக்ரோஷங்களை அடக்க அவள் தன் அன்பையே அள்ளியள்ளிக் கொடுத்தாள். அது அவருக்கு எரிச்சலைச் செய்தது.

இப்போது தாஸுக்கு அவர்போல, அவருக்கு தாஸ் ஆகியிருந்தான்.

அந்த நிலைமையை உணர்ந்துகொண்டவள், ‘அவன் உங்களுக்குப் பிறக்காட்டியும் உங்களுக்கும் மகன்தான’யென்று ஒருநாள் சொன்னாள்.

‘அவன் உங்கள எதிர்த்து ஒண்டும் கதைக்கேல்லயே. பிறகேன் நீங்கள் அவனோட கடுகடுவெண்டு இருக்கிறியள்.’

அவரால் அந்தக் குற்றச்சாட்டை மறுக்கமுடியாது. இருப்பினும், ஏற்றுக்கொண்டு அமையவும் முடியவில்லை. ‘அது சரிதான். ஆனா அவன்ர அந்தப் பார்வை எனக்குப் பிடிக்கேல்ல, வின்ஸி. நாளைக்கு அவன் வாய் திறந்து எதிண்டான்ன சொல்லியிட்டா என்னால தாங்கேலாது.’

‘நீங்ளேன் அதை யோசிக்கிறியள். என்னை மீறி இஞ்ச ஒண்டும் நடக்காது. நான் அவனைக் கையாண்டுகொள்ளுறன். நீங்கள் என்னைக் கையாண்டாப் போதும்.’ சொல்லிவிட்டு வின்ஸி சிரித்தாள்.

முதன் முதலில் வங்கியில் போட்ட பணம் அறுபதாயிரம் டொலர் அவரது கணக்கில் இருந்துகொண்டிருந்தது. கணக்கு என்னவோ அவர் பெயரில்தான் இருந்தது. ஆனால் கார்ட் அவளிடமே இருந்தது. அவர் காதலின் பெருந்தன்மையோடு அதைக் கண்டும் காணாது இருந்துவிட்டார்.

வருமானவரிக் கணக்காளராக தொழில் துவங்கிய சிறிது காலத்துக்குள்ளேயே அவர் பெயர் மொன்றியலில் பிரபலமாகி விட்டது. வருமான வரி மீளப் பெறுதலில் பல தில்லுமுல்லுகளும் வின்ஸியின் ஆலோசனையின்படியே நடந்தன. இல்லாத செலவுகளுக் கெல்லாம் அவள்தான் பலபேருக்கு செலவுக் கணக்கு காட்ட வைத்தாள். வரக்கூடாத வருமானமெல்லாம் அதனால் அவர்களுக்கு வந்துசேர்ந்தது. வின்ஸிக்கு காசு வந்தது.

தாஸுக்கும் அவருக்குமிடையிலான தூரம்மட்டும் அகலாது அப்படியே இருந்தது. அந்த இடைவெளியில் இரண்டு பேரினதுமான வெறுப்பு உறைந்து கிடந்தது.

அவர்கள் றொறன்ரோ சென்றபோது தாசும் தாயின் வற்புறுத்தலில் கூடிச்சென்றான். ஆயினும் கதை பேச்சுகளில் கலகலப்புகளில் பங்குகொள்ளாதவனாய் பயணத்தை பக்க கண்ணாடியினூடான காட்சிகளில் பார்வையைப் பதியவைத்துக் கழித்தான். முன் இருக்கை யில் வாகனத்தை ஓட்டிச் செல்லும் அந்த மனிதர் வேண்டாதவொரு மனிதராகப் பட்டுக்கொண்டிருந்தார் அவனுக்கு. தன்னுழைப்பில் வாழ்ந்துகொண்டு தன்னையே வேண்டாதவராய் மதித்திருக்கிறான் என்பது அவருக்கு எரிச்சலைச் செய்தது.

போகப் போக எல்லாம் சரியாகிவிடுமென்று வின்ஸி அவரை ஆசுவாசப்படுத்தினாள். அவனது காட்டம் அதிகம்தானென்று அவளுக்கும் தெரிந்திருந்தது. ஆனால் என்ன செய்ய. வீட்டைவிட்டு வெளியே போவென உதிர பந்தம்மீறியும் அவனை அவளால் கலைத்துவிட முடியாது. அவன் அப்போதும் சட்டப்படியாக

கைக்கீழ்ப் பிள்ளை. பதினெட்டு வயதின் முன் அவனை வெளியே விட்டால், சட்டம் அவளை உள்ளே தள்ளும்.

அவசரப்பட்டு தனக்கொரு இணையைத் தேடிவிட்டோமோ வென்று அவள் சிலபோது எண்ணியதுகூட உண்டு.

அந்த நேரத்திலேதான் வருமானவரி இலாகா அவரது வருமான வரி மீளப்பெற்றுக் கொடுத்தல் செயற்பாட்டிலிருந்த குளறுபடி களைக் கண்டுபிடித்தது. அவர் கைதுசெய்யப்பட்டது மட்டுமல்ல, நீதிமன்ற விசாரணையில் அபராதம் விதிக்கப்பட்டதுடன், தொடர்ந்து தொழில் செய்வதற்கான உரிமமும் பறிமுதலானார்.

மொன்றியலில் அந்த நிமிஷத்தில் தன் வேனைவிட்டால் ஒரு டிம்(பத்து சதம்)மிற்கு வழியில்லாதவராக, ஒரு பறணைக் கோட்டையும் போட்டுக்கொண்டு சென் ஜோசப் தேவாலயத்திற்கு காலையும் மாலையும் ஏறி இறங்கி நேரத்தைக் கழித்தார் அவர். வெளியில் பெறுமதியில்லாதவராகி வின்ஸி வீட்டு சோபாவில் விழுந்து கிடந்து மீதி காலத்தைத் தள்ளுகிறவரானார்.

அவர் தன் நிலைமையில் மிகவும் நொந்துபோயிருந்தார்.

காலம் அவரது நினைப்புகளை எல்லாம் அந்தப் புள்ளியிலிருந்து பொய்யாக்கத் திடம்கொண்டதுபோல் எல்லாம் தொடர்ந்து நடக்கவாரம்பித்தது.

இனிய குரலுடைய அந்தக் கறுத்த, சாயா முலைகள்கொண்ட, திண்ணென நடக்கும் மனிதியிடத்தில் ஒரு மெல்லிய விலக்கத்தை அவரால் அவதானிக்க முடிகிறது. நாளின் பெரும் பொழுதுகளை வின்ஸி மகனோடேயே கழிக்கிறாள். அவரை அணுக தான் கொள்ளும் அச்சம் அவன் காரணமானதென்பதை அவள் இன்னும் அழுத்தமாக வேறுவழியில் அவருக்குப் புலப்படுத்தியிருக்கலாம். அவள் அதைச் செய்யவில்லை.

வயது காம எழுச்சிகளைத் தணித்திருந்த நேரத்திலும் மனதால் அதை அவாவியவர் அவளை எப்போதும் கைக்குள்ளிருக்க நிர்ப் பந்தித்தபோது அவர்களுக்குள் முரண்கள் எழவாரம்பித்தன. கட்டிலில் தனியே கிடக்கும் இரவுகள் வந்தபோது உள்ளுக்குள்ளாய்ச் சீறுவதைத் தவிர அவருக்கு வேறு வழி தோன்றவில்லை. அது அவளுடைய வீடும், அவளது அயலுமாகவே இருந்தது.

தாஸ் இல்லாத ஒரு இரவில் அதை அவள் புரியும்படி அவர் சொன்னார்.

'தாஸுக்கு இப்ப பதினேழு வய'தென்றாள் அவள்.

'அவன் வளரமாட்டானெண்டு நினைச்சோ என்னை விரும்பினனீ' என்று கோபங்கொண்டார் அவர்.

'அவன் இப்ப கொஞ்சம் ஒழுங்காய் வந்துகொண்டிருக்கிறான்.

இன்னும் கொஞ்சம் அவன்ர கடுஞ்சுபாவம் தணியட்டும். பிறகு பாப்பம்' என்ற பதில் அவரை சமாதானம் செய்யவில்லை.

ஒருநாள் நடு இரவு பன்னிரண்டு மணியளவில் அங்கே ஒரு கலகம் பெருஞ்சத்தமின்றி நடந்தது.

கீழே இறங்கிவந்து தொலைக்காட்சியின் சத்தத்தை மிகவும் குறையவைத்தான் தாஸ்.

'கொஞ்சம் சத்தம் இருக்கலாம்தானே. இன்றைக்கு சனிக்கிழமை' என்றார் அவர்.

'என்றாலும் பன்னிரண்டு மணி ஆகிவிட்டதெல்லோ' என அவன் நிமிர்ந்தான்.

'கதவைச் சாத்தியிட்டுப் படுத்தால் சத்தம் உள்ள வராது'. இது அவர்.

வின்ஸியும் எதுவும் செய்யுங்களென்று ஒதுங்க முடியாதவளானாள். அவள் வயதும் அனுபவங்களும் குறைந்த மகனைத் தாங்கவேண்டிய நிர்ப்பந்தத்தில் இருந்தாள். அதனால் தானே சென்று தொலைக் காட்சியை நிறுத்தினாள். பிரச்னை முடியட்டும்! 'வாருங்கோ, அவரவர போய்ப் படுப்பம்.'

வைன் குடித்திருந்தும் அதற்கு ஒரு எதிர்வினையும் அவர் காட்டவில்லை. ஒரு தாயினதுபோல தாரமாகிய கடமையும் தனக்கிருக்கிறது என்பதையும், தான் எல்லாம் விட்டுவந்தும் எல்லாம் இழந்தும் நிற்பவரென்பதையும் அவள் கருதியிருக்க வேண்டுமென அவர் எண்ணினார். அது அவரை உடையச் செய்தது. அவர்கள் படுக்கச் சென்ற பின்பும் நிறுத்தப்பட்ட தொலைக்காட்சியின் முன் வெகுநேரம் அவர் அமர்ந்திருந்தார்.

மொன்றியல் முருகன் கோவிலுக்கு வந்த நண்பரொருவரின் எதிர்பாராத சந்திப்பில் மகாலிங்கம் ஸ்கார்பரோ றொஸ் ஹொஸ்பிரல் அவசர பிரிவில் அனுமதிக்கப்பட்டிருக்கும் செய்தியறிந்து அன்றே றொறன்ரோ புறப்பட்டவர், அவனைப் பார்த்துவிட்டு மறுநாள் இரவு திரும்பியபோது வீடு திமிலோகப்பட்டுக்கொண்டிருந்தது.

ஆட்டமும் பாட்டமும் கொண்டாட்டமும் அவரால் தாங்கமுடிய வில்லை. அவரது விருப்பின்மை கண்டு இன்னும் மகிழ்ந்த தாஸ், அவரது முகத்தில் ஓங்கியோங்கிக் குத்துவதுபோன்ற நினைப்பில் இசையின் ஒலியை மேலும் மேலும் அதிகரிக்கச் செய்தான். பியரையும் வைனையும் ஊற்றி ஊற்றி தன் ஆண் பெண் நண்பர்களுக்குப் பரிமாறி அவர்களை குதிகுதியென்று குதிக்க வைத்தான்.

ஏறியிருந்த போதை பத்தாதெனப்போல் வின்ஸி கிளாஸ் கிளாஸாக வைனை ஊற்றி மண்டிக்கொண்டிருந்தாள். போதையில் நடனமாடி னாள். விருந்தினரை தேவையில்லாதவிதமெல்லாம் உபசரித்தாள். அவரையும் குடியென வற்புறுத்தினாள்.

அவர் அங்கிருந்து தப்ப மாடிக்கு விரைந்தார். படுக்கையில் ஒரு பெண்ணை ஒருவன் கட்டிப்பிடித்து கொஞ்சிக்கொண்டு படுத்திருந்தான். பாதி சரிந்த மேற்சட்டைக்குள்ளால் நெஞ்சு பிதுங்கிக் கொண்டிருந்தது. ஒதுங்க நினைத்து மேலே வந்தவரை அந்தக்காட்சி உச்சந்தலையடியாய்ப் பொங்கவைத்தது.

அவர் வெளியே வந்து, 'வின்ஸீ!' என அலறினார்.

வீடு ஸ்தம்பித்தது.

வின்ஸி திண்ணென்ற நடையில் அவரது வேண்டாத அலறலில் எழுந்த விருப்பின்மையை இழுத்துக்கொண்டு மேலே வந்தாள். 'என்ன'வென்றாள்.

'இஞ்ச என்ன நடந்துகொண்டிருக்கு' என்றார் கட்டிலைக் காட்டி.

'அதுக்கென்ன.'

'இந்தமாதிரி கட்டில்ல கசக்கிக்கொண்டு கிடக்கிறது உனக்கு ஒண்டுமில்லையோ.'

'ஒரு ஆண் சிநேகிதனும் பெண் சிநேகிதியும் இந்தமாதிரிப் பார்ட்டி நேரங்களில சில சேட்டைகள் செய்யிறது சகஜம்தான.'

'அது உங்கட ஊரில'யென்று, முதல் சந்தடியிலேயே கட்டிலை விட்டு எழுந்து பதைத்துக்கொண்டிருந்த அந்தச் சின்னதுகளை நெருங்கி இருவரையும் கழுத்துப்பிடியில் வெளியே தள்ளிவந்தார்.

'எக்ஸ்யூஸே நூ... பார்டொனெ... சில் வு பிளி (எங்களை மன்னியுங்கள்.... தயவுசெய்து மன்னியுங்கள்)' என அந்த வாலிபனும் பெண்ணும் இறைஞ்சியதையும் அவர் பொருட்படுத்தவில்லை. அவர்களை அப்படியே தள்ளிச்சென்று கீழே விட்டுவிட்டு முழுவீச்சில் இரைந்துகொண்டிருந்த இசையை நிறுத்தினார். 'கெற் அவுட் பிறம் மை ஹோம்... ஓல் ஒஃப் யு' என முழங்கினார். அவருக்கு நெஞ்சு குதித்துக்கொண்டிருந்தது.

அப்போது தாஸ் தலையிட்டான். 'நோ.. தே ஆர் நட் கோயிங் அவுட். திஸ் இஸ் நட் யுவர் ஹவுஸ், பட் அவர்ஸ். இஃப் யூ டோன்ற் லைக் த பார்ட்டி யூ ஆர் ரு கோ அவுட் ' என்றவன் திரும்பி, 'நோ, மம்மி' என்று தாயாரை நோக்கினான்.

வின்ஸி விழிப்படைந்தாள். அந்த உறவுக்கு ஒரு எல்லையை அப்பொழுதே இட்டுவிட முடியாது. அவனது கேள்விக்கான பதில் அந்த எல்லையை வகுக்கும். அது எந்தவிதமான தகராறுக்கும் உரிய விஷயமல்லாதது மட்டுமல்ல, எவ்வகையான தகராறுக்கும் உரிய வேளையில்லாததும். அது அவளது குடும்பத்தின் ஒழுங் கீனத்தை நாலு வீடுகள் சிரிக்கச் செய்துவிடும். மேலும் அவள் ஒரு மனஸ்தாபத்தை அவர்மீது கொண்டிருந்தாளே தவிர, அவரையே

தூக்கியெறிந்துவிடுவதற்கு நினைத்திருக்கவில்லை. அவர் சம்பாத்தியத் தால் சரிந்துபோய் இருக்கிறவரென்பது மெய்தான். அழிந்துபோனவர் அல்ல. அந்த நிலைமையிலிருந்தும் அவரைத் தூக்கி நிறுத்த அவளால் முடியும். அவள் எவரோடு சேர்ந்தும் எவ்வளவு வளங்களையும், இன்பங்களையும் அனுபவித்துவிடலாம். ஆனால் அவ்வகையான ஓர் அந்தஸ்தை அடைந்துவிட முடியாது. அக்கவுண்டன்ற் சிவப் பிரகாசம் என்பது அவளுக்கு ஒரு அந்தஸ்து. அவள் பழகுகிற சமூகத்தில் அது பெரிய பெரிய வேலைகளை அவளுக்காகச் செய்து கொடுக்கும். அவளது அரசியல் அபிலாஷையின் ஆணிவேர் அவர்.

சிவப்பேறிய கண்களில் சற்று பொறுமையை வருவித்துக்கொண்டு மகன் பக்கம் திரும்பினாள்.

வெடிக்கத் தயாரான நிலையில் நின்றுகொண்டிருந்தான் தாஸ்.

நிலைமையை உணர்ந்து கூடவிருந்த கூட்டம் சொல்லிக்கொண்டும் சொல்லாமலும் விலக ஆரம்பித்தது. அவர்கள் சாப்பிட்டும் முடித்திருந் தனர். அதனால் அவர்களைத் தடுப்பதைவிடுத்து சமாதானப்படுத்தி அனுப்புவதில் ஈடுபட்டாள் வின்ஸி.

இப்போது தாஸின் கோபம் தாயின்மேலும் பாய்ந்தது. அவள் அவனது கேள்வியை உதாசீனப்படுத்துகிறாள்.

எல்லா விருந்தினரும் வெளியேறிவிட்டமையை உறுதிப்படுத்திக் கொண்டு முன் கதவைத் தாழிட்டு உள்ளே திரும்பினாள் வின்ஸி.

அவளையே பார்த்துக்கொண்டிருந்தவன் அவள் நேர்முன் வந்தான். அவனுக்கு தமிழ் புரிந்திருந்தது. ஆனால் பேச வராது. தாயுடனும் மற்றவர்களுடன்போல பிரெஞ்சிலேயே பேசினான். ஆங்கிலமும் அதேயளவு சுளுவில் அவனுக்கு வரும். 'நீ எனது கேள்விக்குப் பதில் சொல்லவில்லை இன்னும்' என்று பிரெஞ்சில் சொன்னபடி தாயை ஏறிட்டு நோக்கினான்.

'விடு, எல்லாம் நாளைக்குப் பாக்கலாம்.'

'அந்த மனிதர் உன்னை அவமானப்படுத்தியிருக்கிறார். உன்னு டைய ஊரை இழித்துப் பேசியிருக்கிறார். எதுவாகிலும் செய்துகொள். எனக்கு உன்னுடைய பதில் இப்போதே வேண்டும். இது யாருடைய வீடு' என்றபடி அவளது இரண்டு தோள்களையும் பிடித்து நெருக்கி னான். 'இந்த வீடு எங்களுடையதா, அந்த ஆளுடையதா. சொல்லு.'

அவன் பதிலை அப்போதே வேண்டுமென்கிறான். மட்டுமில்லை. அது தனக்குச் சாதகமாக இருப்பதையும் எதிர்பார்க்கிறான். எல்லாரு டையதும்தான் என்ற பதிலில் அவன் திருப்திப்பட்டுவிட மாட்டான். அப்படியானால் அந்த மனிதரோடேயே நீ இருந்துகொள் என்று விட்டு பாய்க்கைத் தூக்கிக்கொண்டு வெளியேறக் கூடியவன் அவன்.

அவள் அவனது கைகளை விலக்கிக்கொண்டு சோபாவில் சென்று

அமர்ந்தாள். அவரை நிமிர்ந்து பார்த்தாள். அவருமே ஒரு பதிலை வேண்டியவர்போலிருப்பதை அவளால் உணர முடிந்தது.

அவர் அவளது உடலுக்கு மட்டுமே தேவையான மனிதர். அவன் அவளது இரத்தம். அவளது உயிர். அவன்பற்றிய கனவில் அவள் வாழ்வைக் கழித்துக்கொண்டிருப்பவள். அவள் ஒருவரைச் சார்ந்திருக்கலாம். ஆனால் அவளது வாழ்வே சார்ந்திருப்பது அவனில். அவள் பதிலைச் சொல்லிவிட்டாள். 'இது எங்கட வீடுதான். அதுக்கென்ன இப்ப.'

அதுக்கென்ன இப்ப என்ற வார்த்தைகளால் எதையும் தடுக்க முடியவில்லை. சிவம் சிதறினார். சுக்குநூறாக நொருங்கினார். நூறுகளான ஒவ்வொரு துண்டமும், அப்படியெண்டா நான் இழந்த வேலை... நான் இழந்த பணம்... மறியல் போய் சுமந்த அவமானம்... எதுவும், ஒண்டுமேயில்லையோ எனக் கூவியது. அவருள் சுவாலை பற்றியெரிந்தது. பற்களை நெருமியபடி அவளை நெருங்கினார்.

சோபாவில் அமர்ந்திருந்தவளின் வெட்டிய கட்டைக் கூந்தலை ஒரு கரத்தால் பற்றினார். 'எல்லாத்தையும் இழந்திட்டிருக்கிற எனக்கோ உது சொன்னாயடி.'

ஒரு கரம் காற்றில் ஓங்கி உயர்ந்தது.

தாஸ் கத்தியபடி முன்னே பாய்ந்துவந்தான். 'வேண்டாம்... வேண்டாம்... நிறுத்து.'

அவர் அவனைநோக்கி சினத்தோடு திரும்பினார்.

மறுகணம் அதிர்ந்துபோனார். யார் கரம் அவரது கன்னத்தில் இறங்கியது.

அவரது கூந்தல் பிடியை உதறிக்கொண்டு முன்னால் எழுந்து நின்றிருந்தாள் வின்ஸி.

அடுத்தநாள் விடிவிடியென விடிந்த பொழுதில் ஒரு சிறிய சூட்கேசுடன் ஒன்ராரியோ நோக்கிய அவரது பயணம் துவங்கியது.

அவளைப் பிரிந்ததால் அவர் சோகத்தை அனுபவிக்கவில்லை. எதுவுமே இல்லாமலாகித் திரும்பியதாலும்கூட வருத்தமடைய வில்லை. அவரை அடித்து விரட்டியிருக்கிறார்கள். அதைத்தான் அவரால் பொறுக்கமுடியாமல் இருந்தது.

இத்தனை காலங்களின் பின் அந்நிகழ்வை மீட்டுப் பார்த்தபோது ஓர் உண்மையை அவர் அதில் தெரிந்தார். அவள் தன் பிள்ளையை எறிந்துவிட்டு காதலென்றோ, காமமென்றோ கூவிக்கொண்டு ஓடிவர தயாராக இருக்கவில்லை. அவர் எல்லாம்விட்டு ஓடினார். ஆனால் அவள் ஓடமாட்டாள். பெரும்பாலும் தாயர் அவ்வாறு ஓடுவ தில்லையோ.

காலமிட்ட எச்சரிக்கையையும் மீறி அவர் காம வலைப்பட்டதின்

விளைவுகள் எதிரும் புதிருமாய் அமைவது தவிர்க்க முடியாமல் விளையவே செய்யும். அந்த ஒழுங்கின்மையில் காலம், பணம், மானம், மரியாதை யாவும் சிதறவே செய்யும்.

இன்னும் யோசிக்க மேலும் அவர் ஞானம் பெறுவார்.

4

ஒருநாள் தான் அவசரமாக தன் சகோதரி கணவரது செத்த வீட்டுக்கு அன்று மாலையே ஆர்மீனியா கிளம்புவதாக செல்பேசியில் தெரிவித்தாள் கிநாரி.

சாவுக்கான வருத்தம் தெரிவித்த பின் ஒரு கீறு மௌனம் தொடர்ந்தழிய, 'எப்போது திரும்புவாய்' என சிவப்பிரகாசம் கேட்டார்.

'ஒரு மாதம் ஆகும். வேலைக்கு லீவுகேட்டு எழுதியிருக்கிறேன். அநேகமாக சரி வந்துவிடும்.'

தான் விமானநிலையம்வரை கொண்டுவந்துவிடவா எனக் கேட்டதற்கு வேண்டாமென்றாள். தனது இன்னொரு உறவினரும் அதே விமானத்தில் கூடவருவதால் அவரது காரில் தான் போய் விடுவதாகச் சொன்னாள்.

நாட்கள் நகர்ந்துகொண்டிருந்தன. ஓய்வூதியப் பணம் அனுமதிக்கப் பட்டு முன் நிலுவைகளோடு அவரது வங்கிக் கணக்குக்கு அந்த மாதம் வந்திருந்தது. அவருக்கு உற்சாகமில்லை. நாட்களை எண்ணிய படி கழித்துக்கொண்டிருந்தார்.

ஆர்மீனியாவிலிருந்து திரும்பிவந்ததும் ஆர்வமாய் தன்னைக் காண ஓடிவருவாளென எதிர்பார்த்திருந்த சிவப்பிரகாசம் ஏமாறிப் போனார். ஊரிலிருந்து திரும்பி இரண்டு மூன்று நாட்களாகியும் ஒரு தகவல் கிநாரியிடமிருந்து அவருக்கு வரவில்லை.

ஒருநாள் அவராகவே போனெடுத்தார்.

'மனம் சரியில்லை, சிவம். அதனால்தான் வந்தவுடன் சந்திக்க முனையவில்லை' என்றாள்.

'ஏன், அங்கே ஏதாவது பிரச்னையா.'

'பிரச்னையென்று எதுவும் இல்லை. அக்காவின் குடும்ப நிலை பற்றிய கவலைதான். ஒரு வர்த்தக நிறுவனத்தின் வருமானத்தின்மூலம் குடும்பத்தை நடத்திக்கொண்டிருந்த அக்காவின் கணவர் விபத்தில் மரணமான பின்னர்தான் அந்த நிறுவனத்திற்கு எவ்வளவு கடன் சுமை இருந்ததென்பது அக்காவுக்குத் தெரியவந்தது. நெருப்பில் இருப்பதுபோல் துடித்துக்கொண்டு இருக்கிறாள். பிள்ளைகளும் அந்தரித்துப்போய் நிற்கின்றன. என்னால் என்ன செய்ய முடியும். கனடாவில் இருந்தாலும் இங்கே பொன் தோண்டி எடுக்க முடியாது என்று யார் அங்கே இருக்கிறவர்களுக்குச் சொல்வது. எல்லார்

எதிர்பார்ப்பும் அதிகமதிகமாக இருக்கிறது. வருவதெல்லாம் துக்க மாகவே இருக்கிறதே, சிவம். ஆனாலும் என் மகளை தன்னோடு இத்தனை காலம் வைத்துப் பராமரிக்கிறவள் அவள். நான் செலவுக் கென்று அவ்வப்போது பணம் அனுப்புகிறேன்தான். அதனால் என்ன. அவள் என் மகளை வெகு அருமையாகத்தான் பார்த்துக் கொள்கிறாள். அவளுக்குத் தேவை வந்திருக்கிற இப்போது கைம்மாறு ஏதும் செய்ய நான் வக்கில்லாதவளாக இருக்கிறேன். இந்தத் துக்கத்தை எப்படி நான் ஆற்ற.'

சிவம் யோசித்தார், என்ன ஆறுதலைச் சொல்லலாமென. பண உதவி ஏதாவது தேவையாவெனக் கேட்கலாமாவெனவும் எண்ணினார். அப்போது அவருக்கு கொஞ்சம் வசதி இருந்தது.

அதற்குள் கிநாரி மேலே தொடர்ந்தாள். 'நான் போனெடுக்காதது பற்றி நீ வருந்துவாயென நானும் நினைத்தேன்தான். ஆனால்... மனத்தை நிலைப்படுத்த முடியவில்லை. இனி விரைவில் நிலைமை சீராகிவிடுமென நினைக்கிறேன்.'

'பிரச்னைகளை நீ முடித்தபிறகு நாம் ஒருமுறை சந்திக்கலாமே.'

'சந்திக்கலாம். எனக்கும் அந்த யோசனைதான். நானே அழைக் கிறேன், சிவம்.'

அவர் மிகவும் தெளிவடைந்திருந்த காலம் அது. கிநாரி வந்ததும் நிலைமை இன்னும் தெளிவும் சீரும் பெறுமென அவர் தனக்குள் ளேயே சொல்லி நிம்மதி அடைந்துகொண்டிருந்தார். ஆனால் ஆர்மீனியா போய்வந்த பிறகு கிநாரி உஷாரிழந்து போனதில் அவருக்கு மனம் பழையபடி இல்லாவிட்டாலும் பாரமாகிப்போனது.

பல விஷயங்களையும் அவர் யோசிக்கவேண்டிய சூழ்நிலைமை தான் அது. அங்கே அவளது மகள் இருக்கிறாள். அங்கே அவளது உறவினர்கள் இருக்கிறார்கள். அது அவளது இன சனமுள்ள நாடு. அந்தச் சூழல் அவளில் ஏற்கனவே இருந்த அபிப்பிராயங்களையும் முடிவுகளையும் மாற்றுகிற வல்லமை பெற்றவையாக ஏன் இருக்கக் கூடாது.

சந்திப்பின் நாளைக் கனதியோடு காத்திருந்தார் சிவப்பிரகாசம்.

ஒரு ஞாயிற்றுக்கிழமை மதியத்தின் மேல், 'மாலையில் சந்திக்க லாமா' என கிநாரி தொலைபேசியில் கேட்டாள். 'நான் கொஞ்சம் களைப்பாக இருக்கிறேன். வெளியே வேண்டாம். வீட்டுக்கு வா.'

கண்டதும் ஓடிவந்து ஒரு அணைப்பைத் தருகிற விசையொன்றில் எப்போதும் இருந்துகொண்டிருக்கும் கிநாரி, அவர் சென்றபோது கதவைத் திறந்துவிட்டு அசைவறுத்து நின்றுகொண்டிருந்தாள்.

அந்த ஒரு மாதத்தில் பத்து வருஷங்களை இழந்த முதுமை அவளது முகத்தில் நிழலாயசைந்தது. அது தமக்கையின் கணவர்

இறந்த துக்கத்தினால் மட்டும் வந்ததில்லையென்று ஏதோவொன்று அவருள்ளிருந்து குறிசொல்லிக்கொண்டிருந்தது. அவள் தன்னை அன்று அலங்காரமும் செய்திருக்கவில்லை. வெட்டிய தங்கநிறக் கூந்தல் தன் சாயப் பொலிவிழந்து தோள் தாழ தொங்கிக்கொண்டு இருந்தது.

மனமொட்டாத சில வார்த்தைகளை சம்பிரதாயத்துக்கு ஒலித்தபடி இருவரும் அமர்ந்தனர்.

'இன்றைக்காவது ஒரு சந்திப்பு சாத்தியமாகிப்போனதே' என்றார் அவர்.

'ஏன், சந்திப்பதற்கென்ன. என் பிரச்னைகள் தீர அழைப்பே னென்று சொல்லியிருந்தேனே. அழைக்கவேமாட்டேனென்று எண்ணி யிருந்தாயோ. உன் ஆயாசம் அதைத்தான் சொல்கிறது.'

'அழைக்கமாட்டாய் என்றேயல்ல, எப்போது அழைப்பாயோ என்றுதான் யோசித்தேன். என்னில் பாதி மீட்சியையாவது காண வேண்டுமென ஆவல் கொண்டிருந்தவள் நீ. நான் தெளிந்திருக்கிறேன், கிநாரி, தெளிந்திருக்கிறேன். அதை நீ பார்க்க நான் விரும்பினேன்.'

'உன் அழிவிலிருந்து நீ பெருமளவு மீண்டுவிட்டாய்தான். அதை முதல் பார்வையிலேயே நான் கண்டுகொண்டேன்.'

'உனக்கு அது சந்தோஷமில்லையா.'

'இல்லாமல்? ஆனாலும் ஒரு கேள்வியோ பதிலோ காலம்பூராவும் அதே ஸ்திதியில் என்றும் இருப்பதில்லை, சிவம். ஒரு கேள்வியின் பதிலோடு அவை இரண்டுமே அழியவேண்டும். பிறகொரு காலத்தில் அதே கேள்விக்கு அதே பதில் வருமென்பதற்கு எந்த உத்தரவாதமும் இல்லை. வரலாம்... வந்தால் நல்லது... இப்படியான எதிர்பார்ப்பு களுடன் அவை சுருங்கிப்போகின்றன. ஒரு துக்கத்தை அதைவிடப் பெரிய துக்கம் மூடுகிறது. ஒரு சந்தோஷத்தையும் ஒரு பெரிய சந்தோஷம் அதுபோலத்தான். அதுபோலவே ஒரு பதிலையும் இன்னொரு பதில்.'

அவர் உடனடியாக ஒன்றும் சொல்லவில்லை. தொடர்பில்லாத அந்த வார்த்தைகளை ஏன் சொன்னாளென்றும் தெரியவில்லை. பிறகு சொன்னார்: 'கொஞ்ச நாட்களுக்கு முன் நான் கேட்காத கேள்வியொன்று என்னிடத்தில் இருந்துகொண்டிருந்தது. அதற்கு நீ சொல்லாத பதிலை உன் பரிவில் நான் கண்டுகொண்டிருந்தேன்.'

'உண்மை. என்னிடத்தில் நீ கேட்பாயென நான் எதிர்பார்த்த ஒரு கேள்விக்கான பதிலை நான் நீண்டகாலம் சுமந்தபடி காத்துக் கொண்டிருந்தேன். அது மாறுமாவென்றோ மாறிற்றாவென்றோ இப்போது உனக்குத் தெரியவேண்டியிருக்கிறது, இல்லையா.'

'சற்று முன் நீ சொன்ன வார்த்தைகளில் ஒரு சூசகம் இருந்தது.'

'நீ விளங்குவாயென்று நினைத்துத்தான் சொன்னேன்.'

‘முந்திய உன் சொல்லாத பதில் இப்போது எங்கே.’

‘சரியாகச் சொன்னால், இப்போது நான் பதிலே இல்லாமல் இருக்கிறேன் என்பதுதான் சரி. நீ கேட்காத அந்தக் கேள்வியை தயவுசெய்து இப்போது கேட்டுவிடாதே, சிவம்.’

கிநாரி அவரை தன் நீலக் கண்களால் நிமிர்ந்து பார்த்தாள். விழிகளில் நீரடித்திருந்தது.

‘ஏன், கிநாரி.’ அவர் துடித்துப்போனார்.

‘என் சொல்லாத அந்தப் பதிலை மூடிக்கொண்டு இப்போது வேறு உணர்வுகள் எழுந்திருக்கின்றன, சிவம்.’

‘விளங்கவில்லை.’

‘என் மகளை இங்கே விரைவாக அழைப்பதற்கான அவசியம் வந்திருக்கிறது.’

‘அதனால்...?’

‘அது என் சொந்த வாழ்க்கையைப்பற்றி யோசிப்பதை நிச்சயமாய்த் தள்ளிப்போடும். என் மகளை இங்கே அழைக்கிற நேரத்தில், தாயாய்த் தவிர வேறொரு கோலத்தை நான் கொண்டுவிட முடியாதல்லவா.’

‘அதற்கு எவ்வளவு காலம் எடுக்குமென்று நீ எதிர்பார்க்கிறாய்.’

‘ஆறு மாதமாகலாம்... ஒரு வருஷமுமாகலாம்... மேலேயும் ஆகக்கூடும்.’

‘அப்படியானால்...?’

‘காத்திருக்கலாம். சூழ்நிலையின் வீறு தணிய வழியேதாவது பிறக்கும்.’

அவர், ‘ம்’ என்றார். பின் குனிந்தபடி சிறிதுநேரம் அமர்ந்திருந் தார். பின் சுவரிலிருந்த அலிஸின் பெரிய போட்டோவைப் பார்த்தார். திரும்பி அவளை ஒரு கோழைப் பார்வை பார்த்தார். ‘இப்போது அவளுக்கு என்ன வயது ஆகிறது.’

‘பதினாறு.’

‘இப்போதே அவளைக் கூப்பிட என்ன அவசியம் வந்தது.’

அவள் நெற்றி மேலும் சுருக்கங்களை எறிந்தது. ‘இதென்ன கேள்வி, சிவம். அவள் என் மகள். இன்றுவரை தந்தை இல்லாமல் வளர்பவள். தாயுமில்லாமல் பதிநான்கு பதினைந்து வருஷங்களைக் கழித்தவள். அவள் நான் இல்லாமலும், நான் அவளில்லாமலுமாக இன்னும் எத்தனை காலம் வாழ்ந்துவிட முடியும். அதை உணர்ந்த கணமே அவசியத்தை உண்டாக்கவில்லையா.’

அவர் யோசித்தபடி நிதானமாகக் கேட்டார்: ‘உனக்கொரு புதியவாழ்க்கை அமையும்பட்சத்தில்கூட நீ அவளை உன்னோடு அழைத்துக்கொள்ளத்தான் நினைப்பாயோ.’

அப்போது ஒரு பறவை கீச்சிட்டு ஜன்னலோடு பறந்தது. பின் முற்றத்து மரக் கிளையொன்றில் போய் அமர்ந்தது. இணையையோ குஞ்சையோ தேடும் அதன் உருக்கமான கீதம் வெளியெங்கும் விரவியது. எத்தனை பறவைகளில்... எத்தனை தடவைகளில்... அந்தமாதிரியான பிரிவின் கதறலை அவள் கேட்டிருக்கிறாள். அத்தனை தடவைகளிலும் ஏற்படாத உருக்கம் அப்போது ஏற்பட்டது.

அவர்மீதான தனது விருப்பம், தன் மகள்மீதான பாசத்தினை நசித்துக்கொண்டு எழுவதாக இருந்துவிடக்கூடாதென அவளுள் பிரார்த்தனை எழுந்தது. அப் பாசத்தின் காரணமாய் அவரையும் அவள் நோகடித்துவிடக்கூடாது. ஆனால் காலம் ஒரு பதிலைக் கூர்மையாக்கித் தரும்வரை அவர் காத்திருக்கத் தயாராய் இல்லாதவரா யிருக்கிறார். ஒரு அவசரத்தில் பதிலை நிச்சயப்படுத்த நினைக்கிறார். தன்னில் விழுந்திருந்த தோல்விகளையும் சிதைவுகளையும் அவளை வென்றெடுப்பதன்மூலம் அவர் சமம்செய்ய முயல்கிறார். அவரை அந்தளவொரு மீட்பு வலயத்துள் கொண்டுவந்தவள் அவளேயெனி னும் அது அவள் ஆர்மீனியா செல்வதன் முன்னிருந்த சாத்தியங்கள் மீது எடுக்கப்பட்ட முடிவாயிருந்தது. இப்போதோ அப்படியில்லை. நிலைமை தலைகீழாய் மாறியிருக்கிறது. தன்னுடைய காதலனைக் கூட்டிவந்து அறிமுகப்படுத்தி, விரைவிலே தன்னை கனடா அழைக்கச் சொல்லியும் பொருத்தமான சமயத்தில் தான் திரும்ப ஆர்மீனியா வந்து அவனைக் கல்யாணம் செய்யப்போவதாகவும் அவளது மகள் அலிஸ் கேட்டிருக்கிறாள்.

அந்த நிலையில் கிநாரியால் என்ன பதிலைச் சொல்லமுடியும் மகளுக்கு அல்லது அவருக்கு. அவரோ தன்னையும் அலிஸையும் இரண்டு தட்டுகளில் வைத்துக்கொண்டு, எது வேண்டுமெனக் கேட்கிறார். இருவரில் யாரை அவள் முதன்மையாய்க் கருதவேண்டும் அல்லது கருதமுடியும்.

எல்லாம் யோசித்த கிநாரியிடம் பதிலில்லை. 'அதைப்பற்றி நான் நிறைய யோசிக்கவேண்டும்' என்றாள் பின்னர் மெதுவாக.

அப்போது அவளுடம்பு நடுங்கியது.

அவரது பார்வை நிமிர்ந்தது. அவளது கண்களில் அவ்வளவு காலமிருந்த காதலை மீறிய தாய்மையை அப்போது அவர் கண்டாரா. அது அவருக்கான பதிலாக இருந்ததா.

சிறிதுநேரம் மௌனமாயிருந்தவர் திடீரென அவளை ஒரு வெறியில்போல் தன்னைநோக்கி கோலி இழுத்தார். பின் சட்டென நிறுத்தினார். மறுகணம் ஆச்சரியம்மட்டும்கொண்டு இசைந்திருந்த அவளின் தோளில் குலுங்கிக்கொண்டு சாய்ந்தார். 'நீ இல்லாமல் என்ன செய்வேனென எனக்கு தெரியவில்லை, கிநாரி.'

அதையே திரும்பத் திரும்ப சொன்னார். வெகுநேரம் சொல்லிக் கொண்டிருந்தார்.

அவள் அவரது தலையைக் கோதி ஆறுதல்படுத்தினாள். அவர் தெளியும்வரை ஆதரவாய்த் தடவிக்கொண்டே இருந்தாள்.

அவர் மெதுவாக தலையை நிமிர்த்தினார். சிரிக்க முயன்றதுபோல் இருந்தது. சிரிக்கவில்லை. சிரிப்பு அவருக்கு வரவில்லை.

5

கடைசிச் சந்திப்பின் பின் ஒருவாரம் கடந்துவிட்ட ஒருநாள் போனெடுத்து சிவப்பிரகாசத்திடம் வீட்டை விற்றுவிட்டு வாடகை வீடொன்று பார்க்கப்போவதாக கிநாரி சொன்னாள். தனக்கு நிறைய பணம் தேவையாக இருக்கிறதென்றாள். அவர் ஏனென்று கேட்கவில்லை.. மகளைக் கூப்பிட அவள் செய்திருக்கக்கூடிய தீர்மானத்தை அதில் புரிந்தார். சிலநாட்களில் அவளது வீட்டு முன் நிலத்தில் FOR SALE என்ற விற்பனை முகவரின் அறிவிப்பு குத்தியிருந்தது.

சில தினங்களாய் அவர் கிநாரியைக் காணவில்லை. அவை வேலை நாட்களுமாகும். அவளுக்கு வேலை முடிய தாமதமாகியுமிருக் கலாம். மேலதிக நேர வேலையும் இருந்திருக்கக்கூடும். ஒரு கோடை விடுமுறையின் முன் அவ்வாறான கெடுபிடி சாதாரணம் தான்.

ஒரு அதிகாலை கண்விழித்தவர் கீழ்த்தளம் வந்து சோபாவில் அமர்ந்திருந்தார். வெளிப் போக்குவரத்துக்களைப் பார்க்க வசதியாக சட்டர்கள் ஒதுக்கப்பட்டிருந்தன.

அப்போது அழைப்பு மணியோசை ஒரு வன்முறையில்போல் திரும்பத் திரும்ப ஒலித்தது. அந்த அதிகாலையில் யாராயிருக்கும். கிநாரியோ. அவர் அவசரமாக எழுந்தார்.

கதவைத் திறந்தவரின் முன்னால் அவரது மகன் சுகந்தன் நின்று கொண்டிருந்தான். 'ராசன்.'

ஆச்சரியத்தை அடக்கிக்கொண்டு உள்ளே வரச்சொல்ல வந்தவன், அமரச்சொல்ல அமர்ந்தான். பெரிதாக நேரத்தைச் செலவிடாமல், 'இண்டைக்கு லீவு எடுத்தது, அப்பா. கனக்க இடத்துக்குப் போய் இதுகள் குடுக்கவேணும்' என்றபடி எழுந்து அவர் கையில் ஒரு கார்ட்டைக் கொடுத்தான்.

அவர் ஒன்றும் புரியாதவராய் கார்டை அதன் உறையிலிருந்து உருவினார். அவரது மூத்த மகளின் திருமணச் செய்தியைத் தெரிவித்துக்கொண்டிருந்தது கார்ட். அவர் அதிர்ந்தவராய் நிமிர்ந்து மகனை ஏறிட்டுப் பார்த்தார்.

அவனுக்கு அங்கிருந்து போகிற அவசரம். அவர் முன்னிலை யிலிருந்து விலகுகிற அவசரம்தான் அது. அந்த நிலைமையை அவன் எதிர்பார்த்திருந்தான்.

எங்கே, எப்போது என்ற கேள்விகளெல்லாம் அநாவசியம். அவை விரிவாக கார்ட்டில் அச்சடித்திருக்கும். அவர் மீண்டும் பார்வையை கார்ட்டில் பதித்தார். அவர் பெயர் மணமகளின் தலைப்பெயராயும் இல்லை. அது வேறு எங்கேயும் இல்லை. விருந்து உபசாரத்திற்கும், திருமண வைபவத்திற்குமான அழைப்பாளர் இடத்தில் எஸ். மங்கள நாயகி என்று அவரது மனைவி பெயர்மட்டுமே இருந்தது.

மிகத் திட்டமாய் அத் திருமண அழைப்பு அச்சடிக்கப் பட்டிருந்ததை அவர் புரிந்தார். சரோஜாவினதும் அவளது கணவன் கதிர்காமநாதனதும் கரங்களும்கூட அதில் இருந்திருக்க முடியுமென்று அவருக்குப் பட்டது. அவருக்கு அப்போது கோபம்வரப் பார்த்தது. எதற்குமே அலுத்திருந்தவர் அப்போது கோபப்படவும் அலுத்தார்.

மகன் வந்த வேகம், உணர்ச்சியின்றி அவன் அழைப்பிதழ் கொடுத்த விதம் எல்லாம் அந்தத் திருமணத்தை ஒரு செய்தியாய் மட்டும் அவருக்குத் தெரிவிப்பதையே கருதப்பட்டதென்பது அவருக்குப் புரிந்தது. அதில் எழுதாத சங்கதியாக மங்களநாயகியின் ஜெயமிருந் ததை அவர் கண்டார்.

மறுபக்கத்தில் நடராசா சிவசோதியென்று ஒரு பெயர் சட்டென கண்ணில்பட்டது. அவரது தங்கையின் பெயர்? 'மாமி...?'

'ராசேந்திரம் இப்ப ஸ்கார்பரோவில. போன ஒக்ரோபரிலதான் கலியாணம் நடந்தது. மாமி கல்யாணத்துக்கு வந்தவ. எங்களுக்கு கிட்டவீட்டில இப்ப இருக்கினம்.'

அவரது சிதைவைப் புரியக்கூடிய வயதுதான் சுகந்தனுக்கு. அவனுக்கு மேலே அங்கே நிற்க முடியாதிருந்தது. 'போகவேணும், அப்பா. நான் வாறன்' என்றுவிட்டு கலங்கிய கண்களோடு வெளியே நடந்தான்.

வாசல்வரை சென்றவன் தயங்கினான். நின்ற இடத்திலேயே மெதுவாகத் திரும்பி அவரைத் திட்டமாய் ஏறிட்டு நோக்கினான். 'அப்பா... நீங்கள் ஏன் திரும்ப நாட்டுக்கு போப்பிடாது. இப்ப அங்க சண்டை இல்லயெண்டு கன ஆக்கள் திரும்பி போகினம். மாமிக்கும் இஞ்சயிருக்க விருப்பம் இல்லய். கொஞ்ச நாள் இருந்திட்டு அங்க போயிடுவா. பென்சனையும் எடுத்துக்கொண்டு நீங்கள் அங்க இருக்கலாம், அப்பா. இந்த வீட்டை விக்கலாம். இல்லாட்டி நான் பாத்துத் தாறன். அது நல்ல சுகம், அப்பா. இஞ்ச உங்களுக்கு சரியான கஷ்ரமாயிருக்கு.'

சிறிதுநேரம் செல்ல, பார்க்கலாம் என்பதுபோல் அவர் தலை யசைத்தார்.

சுகந்தன் போய்விட்டான்.

உறைந்தவராய் அந்த ஸ்திதியிலேயே நீண்டநேரம் இருந்திருந்தார் சிவப்பிரகாசம்.

இஞ்ச உங்களுக்கு சரியான கஷ்ரமாயிருக்கு.

சுகந்தன் அதைச் சொல்லிய அழுத்தத்தின்மூலம் கஷ்ரமென்பதை பலபேரிடமுமுள்ள தன் மேலான வெறுப்பு புறக்கணிப்புகளையே அவன் கருதியிருந்தானென்பதை அவர் புரிந்தார்.

அவனது அபிப்பிராயத்துக்கு சாதகமாக ஏன், அப்படிச் செய்தால் என்னவென யோசிக்க முயன்ற வேளையிலும், அவருக்கு அது சரியாகப் படவில்லை.

ஊரிலிருந்து வந்த தங்கை ஒரு மாதமாக கனடாவில் நின்றிருக்கிறாள். பதினேழாயிரம் டொலரால் தப்பவைத்த அவரது அன்பு மருமகன் கல்யாணமாகி ஒட்டோவாவிலிருந்து ஸ்கார்பரோவுக்கு வந்திருக்கிறான். அவரை யாரும் தேடவேயில்லையே. மேலும் அவரை உதாசீனப்படுத்திய குடும்பத்தோடு அவர்களுக்கு அந்நியோன்யமும் ஏற்பட்டிருக்கிறது. அவர் இறுதியாக எல்லாராலுமாய் புறக்கணிக்கப்பட்டிருக்கிறார் என்பதன் அறிகுறிதானே அது. அவர் முற்றுமுழுதான தனியனாகிவிட்டார்.

எந்தளவு தனியனானாலும் கனடாவில் அவரால் வாழ்ந்துவிட முடியும். தனியன்களுக்கான வாழிடம்தான் அது. தனியன்களைக் குறிக்கொண்டு அமைந்த அரசும் சட்டங்களும்தான் அங்கே பயில்விலிருக்கின்றன.

ஆனால் இலங்கை அவ்வாறானதில்லை. அது சமூகங்களால் ஆன நாடு. ஊர்களால் ஆன தேசம். அது ஒழுக்கத்தின் அடிப்படையிலேயே ஒருவரோடு ஊடாட்டம் கொள்கிறது. ஐந்தொழுக்கமாக இல்லாவிட்டாலும் அதன் அக்கறை சமுதாய ஒழுக்கமாகவாவது எப்போதும் இருந்திருக்கிறது. எதுவெதுவெல்லாம் தனியன்களின் இச்சைக்கான வெளிகளாய் இருக்கின்றனவோ, அவையெல்லாம் அங்கே அடைக்கப்பட்டிருக்கின்றன. தனிமனிதர்களால் இசைகேடுகளை அங்கே கண்டுகொள்ளாமல் இருக்கக்கூடும். ஆனால் சமூகம் ஒழுக்கத்தை நிபந்தனையாக்கும். தன்மீது தன் உற்றாரும் நண்பர்களும் சொல்லும் அபவாதத்தில் பாதிக்கப்படாமல் அங்கே வாழ்ந்துவிட முடியாது. அவரது நடத்தைகளின் பாரம் திரும்பத் திரும்ப அங்கே சுமத்தப்பட்டுக்கொண்டே இருந்துவிடும்.

அது சுகந்தன் சொன்னதுபோல் சுகமானதில்லை. அப்படியானால் அங்கேயுமில்லாமல் இங்கேயுமில்லாமல் அவர் தனக்கான ஒரு இடத்தைத் தேடியாகவேண்டும். அப்படியான ஒரு இடம் எங்கேயிருக்கிறது. அவருக்குத் தெரியவில்லை.

அவர் சோபாவில் அயர்வுடன் சாய்ந்தார்.

தானாய் விலகியும் மற்றவர்களால் விலக்கியுமாய் ஏற்பட்டிருந்த தனிமையின் கனதி கண்டதின் மலைப்பு அவரிலிருந்து நீங்க வெகுநேரம் பிடித்தது.

அவர் கார்ட்டை சின்னமேசையில் போட்டுவிட்டு எழுந்து போய் முன் கதவைச் சாத்திவிட்டு தேநீர் தயாரித்தருந்தினார். ஆசுவாசப்பட அது போதுமாயிருக்கவில்லை. அங்குமிங்குமாய் கூடத்துள் நடந்தார்.

சுகந்தனை நினைக்க அவருக்கு ஆச்சரியமாக இருந்தது. அவன் வளர்ந்திருந்தது மட்டுமில்லை, தெளிந்துமிருந்தானெனப் பட்டது. அனுபவங்களதும் பொறுப்புகளினதும் அடியாக தெளிவு பிறக்கிறது.

மங்களநாயகியைப் பிரிந்துவந்து நீண்ட காலத்தின் பின் ஒருநாள் ரவுண் சென்ரரில் அவனைச் சந்தித்ததை அப்போது அவர் நினைத்துக் கொண்டார்.

2000இல் ஒருநாள். ஸ்கார்பரோ சிவிக் சென்ரரில் ஒரு வெள்ளி மாலையில் நிகழவிருந்த ஒரு கூட்டத்துக்குப் போயிருந்தார் சிவம்.

நேரத்தோடு வந்துவிட்டிருந்ததனால் பக்கத்திலிருந்த ரவுண் சென்ரரில் சிறிதுநேரத்தைக் கழிக்கலாமென நடந்தார். வார விடுமுறை யின் வழமையான ஜனக்கூட்டம் அலைமோதிக் கொண்டிருந்தது.

கனடாவை ஒரு பல் கலாச்சார நாடு என நினைப்பதிலிருந்து அப்போதெல்லாம் அவர் தன்னைத் தவிர்த்துக்கொண்டு வந்திருந்தார். ஒற்றைக் கலாச்சாரமாக அவையெல்லாம் வெகுவிரைவில் மாற்றம் பெற்றுவிடுமென திண்ணமாய் அவருக்குள் ஒரு முடிவு உறைந்திருந் தது. ஒற்றை மொழியாகவும் அங்கே நிலைமை பரிணாமம் அடைந்து விடும். சிலவேளை ஆங்கிலமும் பிரெஞ்சுமென இரண்டு மொழிகள் மட்டுமாக. வித்தியாசங்கள் நிறங்களாகவே இனிவரும் காலத்தில் இருக்கும். வெள்ளை, கறுப்பு, மஞ்சள், கபில நிறங்களே மாறாமல் இருந்துகொண்டிருக்கப் போகின்றன. அவை ஒரு வித்தியாசத்தைச் சொல்லிக்கொண்டிருந்தாலும், வாழ்முறையின் சிந்தனையின் வித்தியாசங்கள் முற்றாகத் துடைபட்டிருக்கும். அவரது எண்ணத்தை காலத்தில் நிஜமாக நிரூபிக்கும்படியே அங்கே நிறங்களாய்க் கலந்து பெருகியிருந்தது ஜனத் திரள்.

காஃபி குடிக்கலாமென எண்ணினார். குடித்துக்கொண்டிருந்த போது அவரது கவனத்தைக் கண்ணெதிரில் தோன்றிய ஒரு உயரமான வாலிபனின் தோற்றம் கவர்ந்தது. நடுத்தலையில் அடையாளத்துக்குப் போன்று சிறிதளவான கட்டை மயிருடன் கோட்டுத் தாடி வைத் திருந்த அந்த வாலிபனில் பரிச்சயத்தின் ரேகைகள் துலங்கினதைக் கண்டார். பின் அதிக சுணக்கமின்றியே அது தன் மகனென அவர் அடையாளமானார்.

பிள்ளைகளைக்கூட அவர் காணாதபடி எவ்வளவு காலம் கடந்து போயிருந்தது. நினைத்ததுகூட குறைவுதான். மகனைக் கூப்பிட்டுக் கதைக்கலாமென எண்ணினாலும் கூடநின்று பேசிக்கொண்டிருந்த

வெள்ளைப் பெண் ஒரு தடைபோல் இருந்துகொண்டிருந்தாள். இருவரினதும் உறவை அந்த நெருக்கத்திலிருந்து கணித்துக்கொள்ளக் கூடியதாயும் இருந்தது.

அது ஒரு புதிய தலைமுறை. தன் காலத்தின் புதிய புதிய வழிகளில் அது தடையின்றிப் பயணித்துக்கொண்டே இருக்கும். பயணங்கள் எப்போதும் அவ்வாறேதானிருந்தன. அவர் காலத்திலும் அது இட்ட வழிகளில்தான் அவரது இளமை நடந்திருந்தது. சமூகம், குடும்பம் என்கிற உணர்வுகளினால் சிறியசிறிய கட்டுப்பாடுகள் குறுக்கிட்டன என்பது உண்மையேயெனினும் அந்தச் சமூகமும், குடும்பமும்கூட அந்தப் புதிய வழிகளைத் தாமதமாகவேனும் ஒத்துக் கொண்ட கதையே காலத்தில் நிகழ்ந்திருந்தது.

அவனது தோற்றமும் நடவடிக்கைகளும் இயல்பானவை. அவர் அவர்களோடு இருந்திருந்தால்கூட அந்த மாற்றங்களைத் தடுத்திருக்க முடியாதென்று அவர் நம்பினார். அவருள்தான் அவரது கலாச்சாரம் இருக்கமுடியும், அடுத்த தலைமுறையிலும் அல்ல. அதை அவர் களுக்குள் பிடித்துவைக்க முயலும்போது முரண் எழும்.

அவனோடு கதைக்கவேண்டுமென்ற தவிப்பை அடக்கிக்கொண்டு கூட்டத்துக்குச் செல்ல நடந்தார்.

ரவுண் சென்ரரைவிட்டு வெளியேறி சப்வேயுக்கு எதிரில் வந்த சமயம் தோளில் ஒரு கை விழுந்தது. சட்டென நின்று திரும்பினார். சுகந்தன் நின்றிருந்தான். ‘அப்பா’ என்றான். அவரது சுகம் கேட்டான். அவரும் அதுபோல். அவனது படிப்பைப்பற்றிக் கேட்டார். அப்போது வேலை செய்துகொண்டு படிப்பதாகச் சொன்னான். வேலைசெய்யும் இடம் சொல்லி, அங்கே வார நாட்களில் காணலாமென்றான். அக்காமார் நல்லாயிருக்கிறார்களா எனக் கேட்டதற்கு, மிகவும் நல்லாயிருப்பதாகச் சொன்னான். அவரைக் கண்டதிலும் அவரோடு பேசியதிலும் அவன்கொண்ட மகிழ்ச்சி முகத்தில் தடம் பதித்திருந்தது.

அவனும், ‘நெக்ஸ் ரைம் நல்லாய்ப் பேசுவம், அப்பா. பை... பை’ என்றுவிட்டு விலகிப்போனான்.

அந்த நெக்ஸ் ரைம் அவ்வளவு காலம் கழித்து அன்றைக்குத்தான் வந்திருக்கிறது. வந்திருந்தும் சுகமானதாக அமையவில்லையென்பது பெரிய துர்பாக்கியம்.

அன்றைக்கு நிகழ்ந்த சுகந்தனின் சந்திப்பே எந்த உறவினதும் கடைசிச் சந்திப்பாக இருக்கக்கூடும். அவரைத் தேடவுமோ அவர் தேடவுமோ இனி மனிதரில்லை. மனைவி பிள்ளைகள் தங்கை மருமகனென யாரும்கூட இல்லை. அதுபோலவே நண்பர்கள் விஷயத்திலும் இல்லைதான்.

நீண்டகாலத்திற்குப் பிறகு போன மாதத்தில் ஒருநாள் மகாலிங்கத்தை எதிர்பாராதவிதமாக மக்கோவன்பிஞ்ச் கடைத் தொகுதிக் கூடத்தில் கண்டார். மொன்றியல் காலம் அவரது பல நண்பர்களுக்கும் தெரிந்திருந்தது. மகாலிங்கமும் அறிந்திருந்தான். சிரிக்காமலேனும் நின்று அவன் நாலு வார்த்தை அவருடன் பேசினான். அவனது மனைவி எந்தப் பேச்சும் வேண்டாமமென்பது போல் எட்டவே நின்றுவிட்டாள். தன் முழு வெறுப்பையும் காட்டப் போல் பேசினது போதும், வாருங்கோப்பா என மகாலிங்கத்தையும் அவசரப்படுத்தினாள்.

அவள்தான் அண்ணை... அண்ணையென அவரோடு உருகினவள். போரில் மடிந்த தன் சொந்த அண்ணனின் ஞாபகத்தில் அவரை அந்த வீட்டில் கொண்டாடியவள்.

எல்லாம் எல்லாருக்கும் தெரிந்துவிட்டது. அவரது பேர் அவரைத் தெரிந்தவர்களிடத்தில் நாறிப்போய்க் கிடக்கிறது.

தான் விலக்கியதாய் நினைத்திருந்தவர்கள்தான் உண்மையில் தன்னை ஒதுக்கியிருக்கிறார்களெனத் தெரிந்தபோது கவிந்த இருளில் சிவத்தின் மனத்தில் தெரிந்த ஒரே வெளிச்சப் புள்ளி கிநாரிதான். அவளது உறவு எவ்வாறாகுமென்பதை காலம் சொல்லப்போகிறது.

நடந்துகொண்டிருந்தவர் அப்படியே கதவைத் திறந்துகொண்டு வெளியே வந்தார். முன்னாலிருந்த மேப்பிள் மரம் தன் சிவந்த இலைகளைப் பரத்தி நின்றிருந்தது.

அவர் கிநாரி வீட்டுத் திசையில் பார்வையைப் படரவிட்டார். விற்பனைக்கெனப் போட்டிருந்த அறிவிப்புப் பலகை அகற்றப் பட்டிருந்தது. வீடு விற்கப்பட்டுவிட்டது. கிநாரி இன்னும் அங்கே இருக்கிறாளா அல்லது அவரறியாத ஒருபொழுதில் சாமான்களை ஏற்றிக்கொண்டு போய்விட்டாளா. இதென்ன, எல்லாம் அதிர்வின் மேல் அதிர்வாக அவர்மேல் விழுந்துகொண்டிருக்கின்றன.

அப்போது தூரத்தில் கிநாரியைக் கண்டார். எங்கோ போய்விட்டு வெய்யிலில் அவசரம் அவசரமாக வந்துகொண்டிருந் தாள். வீட்டுக்குத் திரும்பு முன் கையை உயர்த்திக் காட்டிவிட்டுச் சென்றாள்.

ஓ... அவள் இன்னும் அவருக்கான பதிலை அடைந்திருக்க வில்லை.

ஆனாலும் யோசிக்க அவளது கையசைப்பு தன்னில் ஒரு நம்பிக்கையை உருவாக்குமாப்போல் ஆழமாக இறங்கியிருக்க வில்லை என்பதாய் உணர்ந்தார். அதன்மூலம், தன்னால் சொல்ல முடியாத ஒரு புதிய பதிலையா அவள் சூசகப்படுத்தியிருக்கிறாள். அது அவ்வாறு இல்லாமல்கூட இருக்கலாம். ஆனால் பாழும் அவரது மனது அவ்வாறுதான் நினைத்தது. அவரது மீட்சியின் துரும்பு அவள்.

6

இலையுதிர் பிறந்திருந்தது. அன்று முழுதும் வீட்டினுள் அடங்கிக் கிடந்த சிவப்பிரகாசம் மாலையாக வெளியே சென்று நதிக்கரை வழியே நடக்க ஆரம்பித்தார். முதலில் செந்நதி காட்டுக்குள் குதித்துப் புரளும் மேலும் வடக்கே பழைய மயானக்கரையுள்ள இடம்நோக்கி செல்லத்தான் அவருக்குத் தோன்றியது. அந்த இடத்துக்கு அது பொருத்தமான நேரமல்ல. பகலிலேயே பயங்கொள்ள வைக்கிற இடமது. அவர் மனத்தை மாற்றிக்கொண்டு அல்பேர் கிறசென்ரில் தெற்குநோக்கி நடந்தார்.

சூழல் அமைதியாக இருந்தது. சுகந்தனது வருகையோடு எழுந்த எல்லா ஞாபகங்களையும், எல்லா மனவிறுக்கங்களையும் மறக்க அப்போது முடியும்போல் உணர்ந்தார்.

நதியோர வாங்கில் யாரோ அந்த மென்குளிர் இரவிலும் அமர்ந் திருப்பது தெரிந்தது. தலைக்கான தொப்பி இணைந்த ஜாக்கெற் அணிந்திருந்ததில் கிட்ட நெருங்கிய பிறகுதான் கிநாரியென்று இனங்கண்டார். தான் நெருங்கிய அரவத்தைக்கூட கவனிக்காதிருந்த அவளின் சிந்தனையாழ்ச்சி சற்று திகைப்பாக அவருக்கு இருந்தது.

அவர், 'ஹாய்!' என்றதில் கிநாரி திடுக்கிட்டுத் திரும்பினாள். 'ஓ… நீயா' என்றாள். 'எதிர்பார்க்கவில்லை. அதுதான் சிறிது திடுக்கிட்டுப்போனேன். உன்னோடு பேசவேண்டிய ஒரு விஷயத்தைப் பற்றித்தான் யோசித்துக்கொண்டிருந்தேன். நல்லது. வந்து உட்கார்.'

அவர் மனம் உழைவெடுக்க உட்காராமல் நின்றுகொண்டிருந் தார். அவருக்கு அவளோடு பேச அப்போது விஷயமில்லை. தன் குடும்பம் உறவு நண்பர்களுடனான அந்நியப்பாடும், அதன் மேலான விஷயங்களும்பற்றி அவரே மனது அல்லாடிக்கொண்டிருந்த சமயமது.

அவள் அவரது தயக்கத்தினைக் கண்டுகொண்டாலும் எதுவும் யோசிக்காமலே, 'உட்கார், சிவம்' என்று மறுபடியும் சொன்னாள்.

அவள் ஒரு முடிவை அடைந்துவிட்டாளென்பது அவருக்குத் தெரிந்தது. அவர் அதை எதிர்கொண்டேயாகவேண்டும். இனி நழுவிவிட முடியாது.

அவர் மெதுவாக அவளருகில் அமர்ந்தார்.

நிமிஷங்கள் கழிந்துகொண்டிருந்தும் அவளிடமிருந்து எந்த வார்த் தையும் வெளிவராதுபோக அவர், 'ம், சொல்லு, கிநாரி' என்றார். அவள் அவரது முகம்நோக்கித் திரும்பினாள். அப்போதும் வார்த்தை கள் பிறக்காத மௌனம். பின், 'நான் அவசரப்பட்டு அன்றைக்கு உனக்கு அந்த வாக்கைத் தந்துவிட்டேனோவென்று… இப்போது… கொஞ்ச நாட்களாக… எனக்குத் தோன்றிக்கொண்டிருக்கிறது, சிவம்.'

மேலே அவளுக்குப் பேச்சு வரவில்லை. மெல்ல அவள் குலுங்கியது அந்த மென்னிருளிலும் தெரிந்தது. அவர் அவளைத் தெளிவிக்க முயலாமல் எதையும் தாங்க தன்னைத் தயாராக்கிக்கொண்டிருந்தார்.

தொப்பி முகத்தில் விழுத்திய இருளிலிருந்து கிநாரி மூக்கை புறங்கையால் உரஞ்சி உறிஞ்சினாள். பின் தொப்பியை பின்னால் இழுத்துவிட்டு தன் உடைந்த குரலில் சொன்னாள்: 'நாம் நம் உறவுபற்றி நினைத்தளவுக்கு எம்மைச் சுற்றியுள்ள உறவுகள்பற்றி எப்போதும் பேசவில்லையென்றே நினைக்கிறேன்.'

ஏனோ, தன் பேச்சில் அவர் அதிர்ந்ததாய்த் தோன்றவில்லை கிநாரிக்கு. அவரே பேசவேண்டியிருந்த ஒரு விஷயம் பேசப்பட ஆரம்பிப்பதைப்போல அமைதியாகக் காணப்பட்டார். பார்வை நதி முகம் பார்த்திருந்தது. வானத்தினதும், தெருவிளக்கினதும், அவ்வப்போது போயும் வந்தும்கொண்டிருந்த வாகனங்களினதும் வெளிச்ச மினுக்கங்கள் நதிமேல் விழுந்து தெறித்துக்கொண்டிருந் தன. நதி அவர்களைப் பார்த்துச் சிரிப்பதுபோலிருந்தது அது.

கிநாரி தன் குரலின் உடைவை செருமிச் சரிசெய்தாள். 'சிவம், நாங்கள் முப்பதோ நாற்பதோ அல்ல, ஐம்பதின் நடுவுக்கும் அறுபதின் நடுவுக்குமான வயதுக்கு வந்துவிட்டவர்கள். ஆனாலும் அந்த வயதின் அனுபவமும் சுகமுமின்றியே வாழ்வின் பெரும் பயணத்தை நடத்திவிட்டோம். ஒரு எல்லையில் நின்று பார்த்தபோது சூழ எதுவுமே தென்படவில்லை. அங்கே எங்களின் ஆசைகள் மட்டுமே இருந்துகொண்டிருந்தன, அப்பாலுள்ள எல்லாவற்றையும் மறைத்துக் கொண்டு. எவ்வளவு பெரிய துரோகத்தின் அடையாளமிது. எங்களுக்குச் சொந்தங்கள் இருந்தன... ரத்த பந்தங்கள் இருந்தன... அது தெரியாமலே இருந்துவிட்டதே ஒரு பெருங்காலத்துக்கு. ஆனால் அவற்றை உணர ஒரு கணம் இப்போது வந்திருக்கிறது.'

சிவப்பிரகாசம் கேட்டுக்கொண்டிருந்தார். அவள் முடிக்காதிருந்த போதும் அவள் சொல்லப்போவது அவருக்குத் தெரிந்து விட்டிருந்தது. அவர் கலகலத்து சிதறிப்போகவில்லை. ஆனாலும் அதற்கான வார்த்தைகளே கிநாரியிடத்தில் பிறந்துகொண்டிருந்தன.

வார்த்தைகளுக்கு அவசியமற்ற சமயமது. ஏற்கனவே அவளே தன் முடிவின் மொத்த உருவாக அவரருகே அமர்ந்திருந்தாள்.

'என்னிடத்தில் எழுந்த உன்மீதான விருப்பத்திற்காக என்னையே ஒப்படைக்க உன்னைக் கண்ட கொஞ்ச நாட்களுக்குள்ளாகவே நான் தீர்மானித்து விட்டிருந்தவள். அது உனக்குத் தெரியுமா, சிவம்.' அவள் இடையில் நிறுத்தி வருத்தமாய்ச் சிரித்தாள். பிறகு, 'உனக்குத் தெரிந்திராது. தெரிந்திருந்தால் அந்தப் பொம்பிளையுடன் நீ ஓடாமலும் இருந்திருக்கலாம், யார் கண்டது. நீ அவ்வாறு ஓடியதும் அந்த ஏமாற்றத்தைத் தாங்க எவ்வளவோ பிரயாசைப் பட்டேன்.

உன்னை முற்றுமாய் இழந்துவிட்டதில் துயரத்தைவிட எனக்கு கோபம்தான் வந்தது. உன்மீதான கோபம். ஆனாலும் நீ ஒருநாள் திரும்பிவந்தாய். அது எனக்கு மகிழ்ச்சியாக இருந்ததென்று நிச்சயமாகச் சொல்லமாட்டேன். உன் அழிவு பொறுக்கமுடியாமலே மீண்டும் உன்னிடம் வந்தேன். அதற்காகவே எங்கள் பழைய நட்பினை நானாகவே புதுப்பித்தேன். உன்னை உன் அழிவிலிருந்து உனக்காக அல்ல, எனக்காகவே மீட்டெடுக்க முனைந்தேன். அப்போது என் தாபங்களும் ஆசைகளும் மறுபடி பூத்துப் பொலிந்திருந்தன.'

அவர் நினைத்துப் பார்த்தார். அவள் சொல்வது சரிதான். ஒவ்வொரு அணுக்கத்தையும் அவளே ஏற்படுத்தியிருந்தாள்.

'எங்கோ ஒரு மறைவில் என்னை நீ இழுத்துக் கிடத்தியிருந்தால் ஒரு நொடி தாமதமின்றி என்னை நான் உன்னிடத்தில் தந்திருப்பேன். அத்தனைக்கு என் மனத்தில் நீயே எல்லாமுமாயிருந் தாய். இன்று... அந்தமாதிரி இல்லை, சிவம். நிலைமை எவ்வளவோ வேறாகிப் போயிருக்கிறது.'

அவளைப் பார்ப்பதும், திரும்பி நதியைப் பார்ப்பதும், மறுபடி இருள் தெளிக்கும் வானத்தைப் பார்ப்பதுமாய் சிவப்பிரகாசம் இருந்திருந்தார். தான் சொன்னதைக் கவனித்தாராவென்றே அவளுக்கு ஐயமாகிப்போனது.

கிநாரியும் அந்த அளவுக்குமேல் சொல்ல சற்று இடர்ப்பட்டவளாய் மௌனத்தை உருவியெடுத்தாள்.

அவருக்கு அவசரமில்லை. குறிப்பிடம் சேர்ந்தபிறகு சென்ற வழியில் வெளிச்சம், இருள் எது இருந்திருந்தால் என்ன. அவள் எதுவாகிலும் சொல்லட்டும்.

அவரை எண்ண அவளுக்குள் ஒரு சின்ன அவலம் உருண்டோடி யது. தன் விருப்பத்தைக்கூட அவர் மிகத் தாமதமாகவே வெளிப் படுத்தினார். அப்போது தன் விருப்பத்துக்கெதிரானது வெளிவந்து கொண்டிருந்தும் தடுமாற்றமின்றி கேட்டுக்கொண்டிருக்கிறார். தனக்காகத் துக்கப்படுவதோடு அவருக்காகவும் அவளே அதைச் செய்வதெப்படி.

'சிவம், என்னை அதிகமாக யோசிக்க வைத்தது என் மகள்பற்றி நீ கேட்ட அந்தக் கேள்விதான். அதில் நான் அவளை அழைப்பதில் உனக்கு விருப்பமில்லை போன்ற ஒரு தொனி இருந்தது.'

அப்படியொரு கேள்வி அனுசிதமானதென்பதை அவர் நிறையவே பின்னால் யோசித்திருக்கிறார். இன்றும் அவருள் இருக்கும் நெருடல் களின் ஒரு வடிவம் அது. 'இப்போது அதற்கு என்ன'வென அவர் எரிச்சலுடன் கேட்டார்.

'அது எனக்கு மிகவும் முக்கியமான விஷயம்' என்றாள் கிநாரி.

'என் மகள் என்பது என் ரத்தம். என் உயிரின் பாதி. அவளை நான் பிரிந்திருப்பது என் விருப்பத்தின்படி நிகழவில்லை, சிவம். அது ஒரு நிர்ப்பந்தத்தில் நிகழ்ந்தது. அவளில்லாமல் கழித்த வாழ்க்கையில் நான் பாதி சந்தோஷத்தைக்கூட அடைந்திருக்கவில்லை. பெற்ற மகளை அவளது சின்ன வயதிலிருந்தே பிரிந்திருக்கிற வலி ஒரு தாய்க்கு எவ்வளவு தாங்கமுடியாததென்பது உனக்குத் தெரியுமா. ஒருவேளை ஒரு தந்தையால் அதை புரிய முடியாதென்றுதான் படுகிறது.'

ஏன் நிறுத்தினாளென்று சிவப்பிரகாசத்துக்குத் தெரியவில்லை. அவருக்கு பதிலும் தெரிந்துவிட்டது. அது அவள் வாயிலிருந்து வரவேண்டியதுதான் அவர் எதிர்பார்த்தது. அந்தப் பதிலை வார்த்தைகளைச் சுருக்கி நாலே நாலு வார்த்தைகளில் சொன்னால் அவர் எழுந்து போய்விடுவார். இப்போது அவருக்குள் ஒரு ஒளிப் புள்ளியாக இருக்கும் கிநாரி போனபின் முழுவதும் இருண்டுவிடப் போகும் அவர் வாழ்வினைக் குறித்து அவர் ஒரு இறுதித் தீர்மானம் எடுக்க விருந்தது. இங்குமில்லாமல் அங்குமில்லாமல் வாழுவதற்கான இடம் எங்கேயிருக்கிறதென அவர் தேடியாகவேண்டும்.

அவர் எதுவும் சொல்வதன் முன் கிநாரி தொடர்ந்தாள்: 'நீ உன் குடும்பத்தை நிரந்தரமாகப் பிரிந்திருக்கிறாய். உன் மனைவியை ஒரு அவசியத்தில் பிரிந்து வாழ்ந்துவிட முடியுமென்று வைத்துக் கொண்டாலும், பிள்ளைகளை நீ எப்படிப் பிரிந்திருக்கிறாயென்று எனக்கு விளங்கவேயில்லை. அவ்வாறு பிரிந்திருப்பதை இலகுவாகச் செய்கிற ஒரு மனிதன், நான் என் மகளோடு சேர்ந்திருப்பதை எந்தளவுக்கு விரும்பவும், அனுமதிக்கவும் செய்வானென்பதுதான் எனக்குள் எழுந்த கேள்வி.'

அவள் மங்கிய வெளிச்சம் படர்ந்திருந்த நதி மேவி பார்வையைப் பரத்தினாள். அது மென்குளிரும் மென்னிருளும் உறைந்திருந்த பொழுது. இன்னும் பார்வையின் தொலைவில் மனித நடமாட்டங்கள் இருந்திருந்தன.

அவர் தன் முழு வல்லபத்தையும் செலுத்தி தன் நொருங்குதலைத் தாங்கிக்கொண்டிருந்தார்.

'இந்த என் முடிவு உன்னைத் துயர்ப்படுத்தக்கூடும். ஆனாலும் ஒரு தாயாக என்னிடத்தில் வேறு பதில் இல்லை. இதை நீ உணர்வாய் என பூரணமாய் நம்புகிறேன். பல சமயங்களில் நான் கோபப் பட்டுவிட்டேன்தான். அதை நீ செய்தவேளைகளில் நான் பொறுத்தது போல நீயும் பொறுத்துக்கொள்ளவேண்டும்.'

கிநாரி மறுபடி அவரைப் பார்த்தாள்.

ஒருவகைப் பிரகாசம் அவர் முகமெங்கும் அடித்துக் கிடந்தது.

அது அவளுக்கு ஆச்சரியம். அந்த உடைவை அவ்வளவு எளிதாக அவர் எடுத்துக்கொள்வாரென யார்தான் எதிர்பார்த்திருக்க முடியும். அவர் அந்தளவுக்கு உணர்வுபூர்வமான மனிதர். அந்த விஷயத்தில் ஒரு நியாயம்கூட நியாயமின்மையின் அம்சமாகவே படும். சிவப்பிரகாசம் அந்த முடிவை மிக்க இயல்பாக எடுத்துக் கொண்டதோடு, உடைதலின் எந்த அடையாளமின்றியும் இருந்து கொண்டிருந்தார்.

அன்று காலை அவரது மகன்போன்ற ஒருவன் அவரது வீட்டுக்கு வந்துபோனதை அவள் கண்டிருந்தாள். அதுவேதான் அவரது மாற்றத்தின் காரணமாவென கிநாரி எண்ணினாள். 'இன்று காலை ஒரு வாலிபன் உன் வீட்டுக்கு வந்திருந்ததை நான் கண்டேன். ஏறக்குறைய உன் உயரம் பருமனுக்கு அவன் வளர்ந்திருந்தான். ஆச்சரியமாக இருந்தது. '

'என் மகன்தான். என் மூத்த மகளின் திருமணத்தைச் சொல்ல வந்திருந்தான்.'

சொல்லிவிட்டு அவர் சிரித்தார். அவள் அதிர்வோடு பார்த்தபடியிருந்தாள். அது மீட்சிக்கு அதிகமான, சுவாதீன இழப்புக்கு மிக அண்மித்ததான ஒரு சிரிப்பு.

திடீரென, 'வா, போய்க்கொண்டே பேசுவோம்' என்று எழுந்தார் அவர்.

அருகருகே நடந்து போய்க்கொண்டிருக்கையில் அவருக்கு அவளது வீடுபற்றி கேட்கவேண்டுமென்று தோன்றிற்று. அந்த ஒன்றின் பதில் அவருக்கு இன்னமும் தேவையாயிருந்தது. 'உன் வீடு விற்பனையாகிவிட்டதா.'

'ஆகிவிட்டது. இந்த மாதம் முடிவதற்குள் நான் வாடகை வீடொன்று பார்த்துக்கொண்டு போகவேண்டும்' என்றவள் சிறிது நேரத்தில் மிகத் தயக்கமாகக் கேட்டாள்: 'என்மீது உனக்கு கோபமில்லையே, சிவம்.'

'கோபிக்க இதில் என்ன இருக்கிறது. விரும்புவதுமட்டுமே பதில்களாக இருக்கவேண்டுமென்று நாம் எப்படி எதிர்பார்க்கமுடியும், சொல்லு. எப்படியோ, நடந்ததெல்லாம் நன்மைக்கேயென்ற கதைதான் இங்கேயும் நடந்திருக்கிறதாய் நான் கொண்டுவிட்டேன்.'

'உன் மகளின் திருமணம் எப்போது.'

'விரைவில்.'

'அப்படியானால் விரைவில் நீ தாத்தாவும் ஆகிவிடுவாய், இல்லையா.' அவள் சிரித்தாள் பெரிய விதூஷகம் செய்யப்பட்டது போல. அவரும் கடகடவெனச் சிரித்தார்.

‘அதுசரி, எல்லாம் நன்மைக்கே... என்ன கதை அது. சொல்லு... சொல்லு...’

சிவப்பிரகாசம் கிநாரிக்கு அந்த அம்புலிமாமாக் கதையைச் சொல்லத் தொடங்கினார்.

அவ்வப்போது கலகலத்துச் சிரித்தபடி அதைக் கேட்டுக்கொண்டு நடந்தாள் கிநாரி.

7

கிநாரியை அனுப்பிவிட்டு வீடு திரும்பிய சிவப்பிரகாசம் ஹோலுக்குள் நுழைந்ததுமே குலுங்கினார். அவரால் அழுகையை அடக்கவே முடியவில்லை. பின் தெளிந்துகொண்டு மேலே சென்றார். மாடிப் படிகளை அந்தளவு சிரமத்தில் என்றும் அவர் கடந்தவரில்லை. உடம்பின் உரமெல்லாம் வற்றி கோதாகிய பலஹீனம் தளைத்திருந்தது.

ஜன்னலோரம் வந்து வடதிசையின் வானவிளிம்பில் கண் பதித்து நின்றார். நதிமேல் திரண்டிருக்கும் இருளின் பாளங்கள் அவரது மனக்கண்ணில் தரிசனமாகின. நிறைந்த சதுப்பு மரக் கூடல்... ஆழத்தில் ஓடிக்கொண்டிருந்த செந்நதி... கரையோர மரங்களிலிருந்த சிறுபுள்கள்... எல்லாவற்றையுமே அப்போது மனவெளியில் கண்டார்.

கிநாரிதான் அந்த இடத்தை முதன்முதலில் அவருக்குக் காட்டியது. ‘எப்பொழுதும் நதியின் கிட்டிய ஓரங்களிலேயே நடந்துகொண்டிருக் கிறாயே, அதன் மர்மமும் புதிரும் பயங்கரமும் காண நீ இன்னும் வடக்கே போகவேண்டும்’ என்று கூறி, ஒரு மதியத்தில் அவரை ஒரு மணி நேர நடைத் தூரத்திலிருந்த அந்த இடத்துக்கு கூட்டி வந்தாள்.

அப்போது அவர்களது அரவத்தில் சிறுபுள்கள் சில மாயப் பறவைகள்போல் சிவ்வென்று மேலே எழுந்து கூவிப்பறந்தன.

‘அவை என்ன பறவைகள்.’அவர் கேட்டார்.

‘பறவைகளில்லை, ஆவிகள்.’

அவர் திடுக்கிட்டு, ‘என்ன’ என்றார்.

‘ஆம், அதேதான். இனக் குழுக்களின் மூத்தோர் மரணத்தின் பின் அவ்வாறுதான் புள்களாயும் மிருகங்களாயும் உருவெடுத்து தத்தம் இனக்குழுக்களைக் காத்துக்கொண்டிருக்கிறார்கள். எபா சொன்னாள்.’

‘அது யார் எபா.’

‘என் தோழி. ஸ்கார்பரோவுக்கு வந்த ஆரம்ப காலத்தில் ஒன்றாக சிலநாள் ஒரு வீட்டிலே தங்கியிருந்தோம். அப்போது அவள் சொன்னதுதான் இதெல்லாம்.’

‘என்னூரிலும் இதுபோன்ற கதைகள் இருக்கின்றன. பேரன்பு வைத்திருந்த உறவுகளைப் பிரியமுடியாத் துயரில் சில ஆன்மாக்கள் இவ்வாறுதான் காக்கை வடிவுகொண்டு அலையுமென்று அங்கே சொல்வார்கள். கொலை தற்கொலைகளில் அவமிருத்தடையும் ஜீவன்களும் தம் மறுபிறப்புவரை காத்திருப்பது இவ்வாறுதானென என் பாட்டி சொல்லியிருக்கிறாள். ஒவ்வொரு அமாவாசையிலும் தன் இறந்த கணவர் காக்கையாய் வருவாரென படையல் வைத்துக் காத்திருந்தவள் அவள்.’

‘தாத்தா எப்படிச் செத்தார்.’

‘இயற்கையாகத்தான். ஆனால் ஆசை வயப்பாட்டில் இந்த வாழ்வை இழக்க விரும்பாமல் இந்த உலகத்திலேயே அலைந்து கொண்டிருந்தவர்.’

‘பாட்டி கூப்பிட தாத்தா வந்தாரா.’

‘வந்தார்.’

‘நீ கண்டாயா.’

‘பாட்டி கண்டாள்.’

‘ஒன்றாய் பரலோகம் போகவேண்டுமெனக் கேட்டிருப்பாள்?’

‘ஒன்றாய்ப் பிறந்து மறுபடி சேர்ந்து வாழும் தன் கனவைத்தான் சொன்னாள்.’

அந்தப் புதிர் நாரியை அப்போது மிகவும் பரவசப்படுத்தியிருந்தது.

வடதுருவத்திலிருந்து சீறி வந்துகொண்டிருந்த பனிக்காற்று திடீரென ஒன்பது மணிவரையிருந்த வெப்ப வெளியை மாற்றி யிருந்தது. மழை வரும்போல தோன்றியது. ஆனாலும் தூறலுமின்றி கனத்த மேகம் மேலே மூடுண்டு அசைவற்றுக் கிடந்தது.

சிவப்பிரகாசத்தின் பார்வை இன்னும் வடக்கின் தூர திசையி லேயே படிந்திருந்தது.

அங்கே... அந்த நெடுந்தொலைவின் நதிதீரத்தில்... அவருக்கு அண்மையில் ஒரு சம்பவம் நிகழ்ந்திருந்தது.

நதித் திசைப் பாதையில் அவர் உன்மத்தன்போல் நடந்து கொண்டிருக்கிறார். அவ்வளவு தூரம் போகவேண்டாமே என்றுதான் மனத்தில் தோன்றிக்கொண்டிருந்தது. ஆனாலும் செந்நதியின் அந்த இருள் மடியை துளைத்துவிடும் வேட்கை அவரின் உந்தி யிலிருந்து கிளம்பிக்கொண்டிருந்தது. அவர் தொடர்ந்தும் நடந்து அந்த அமானுஷ்யமான சதுப்பு நிலப் பிரதேசத்தை அடைகிறார்.

நதிக் குழியின் இருமருங்கும் புதர்களின் ஊடாய் சரிந்திறங்கியிருந்த ஒற்றையடிப் பாதையொன்று தெரிகிறது. நதியின் ஆழமற்ற இடத்தில் மனிதர்கள் குறுக்காய் நடந்து கடந்ததின் தடம்தானே அதுவென

எண்ணியவர் மெல்ல அதில் இறங்குகிறார்.

பிடித்து நிறுத்தியதுபோல் தூரவிருந்து, ஓ...! எனக் கத்திக் கேட்கிறது. சிவப்பிரகாசம் நின்று திரும்பிப் பார்க்க, தள்ளாமையைப் பின்னே தள்ளிவிட்டு கையை உயர்த்தி ஆட்டிய படி கைத்தடியைக் கூட ஊன்றாமல் ஒருவர் ஓடிவந்து கொண்டிருக்கிறார்.

அவரை அண்மித்ததும், 'ஏய்... அதற்குள்ளே சாகப் போகிறாயா, என்ன' என்கிறார் மூச்சிரைக்க.

'இல்லை... அங்கே எப்படி இருக்கிறதெனப் பார்த்துவர...'

'போனால் பார்க்கலாம்; ஆனால் திரும்ப முடியாது. அங்கே பார்த்தாயா' என்றபடி ஓரமாய்ச் சரிந்து சேறும் சுரியும் அப்பி WARNING - TREACHEROUS SOIL AND UNFATHOMED MUD HOLES என்ற சிவப்பு எழுத்துக்கள் கொண்ட ஒரு வெண்பலகை புதருக்குள் சரிந்து கிடப்பதை மூச்சுவாங்கிக்கொண்டிருந்த முதியவர் விரலினால் சுட்டிக் காட்டுகிறார்.

மனம் துண்ணென்று போகிறது சிவப்பிரகாசத்துக்கு. 'நான் காணவில்லை அதை... நன்றி... மிகவும் நன்றி.'

அவரது வார்த்தைகளைக் கேட்டு, 'காணவேண்டும். இப்படியான இடங்களில் ஆபத்தின் அடையாளங்கள் இடப்பட்டிருக்கும். நீ தப்பினாய்; நானும் தப்பினேன்' என்று சலித்துவிட்டு நடக்கிற வெள்ளைப் பெரியவரை பின் தொடர்கிறார் சிவப்பிரகாசம்.

அப்போது கருநிழலொன்று நதி தீரத்தைக் கவிகிறது. புள்களாய் அவமிருத்து ஆத்மாக்களும், தெய்வங்களான இனக்குழு மூத்தோரின் ஆவிகளும் நதிமேல் அலையும் நிழலா அது. அவர் தலை நிமிர்த்தி மேலே பார்க்கிறார். பெயரறியா ஆயிரமாயிரம் சிறு புள்கள் மயானக்கரை மரங்களிலிருந்து கிளம்பி வானத்தில் மிதந்து கொண்டிருக்கின்றன. வெள்ளைப் பெரியவரிடம் கேட்கலாம். அவரோ வேகமாய் முன்னே நடந்துகொண்டிருந்தார்.

அப்போது தனது மனக்கண்ணிலும் அதே பறவைகளே பறந்திருந்ததை சிவப்பிரகாசம் கவனம்கொண்டார்.

அவர் திரும்பிவந்து மேசையில் அமர்ந்து சுற்றிவர நோக்கியபடி இருந்தார். செய்யவும் எண்ணவும் எதுவுமிருக்கவில்லை. மனத்திலும் எதையும் சாத்தியமற்றதாக்கிய சூன்யம் நிறைந்திருந்தது.

அவர் வாழ்வில் வசந்தம் கோடை உதிர்வு குளிர் ஆகிய காலங்கள் எல்லாம் இருந்திருந்தன. அப்போதும் இனிமேலும் கோடையும் உதிர்வும் மட்டுமாய் ஆகிநிற்கப் போகிறது. இலையுதிர்த்து... கிளையுதிர்த்து... பட்டைகளை உதிர்த்து... உளுத்து உளுத்து தன்னைச் சிறிது சிறிதாக உதிர்த்து... அர்த்தம் எதுவுமின்றி வெறும் உயிர்த்திருக்கும் காலமாக அது மாறப்போகிறது.

அவருக்கு பலமாகச் சிரிக்கவேண்டும்போல இருக்கிறது. கிநாரியின் வீட்டுக்கு எட்டுகிறமாதிரி அட்டகாசமான சிரிப்பாக இருக்கவேண்டு மென மனத்துள் ஒரு குறுகுறுப்பு. ஆனால் அதைச் செய்ய இயலாத வராக இருக்கிறார் அவர். மனம் இருண்டு வந்துகொண்டிருந்தது.

எவ்வளவு துர்ப்பாக்கியம் கொண்டவராக அந்த மனிதர் இருக்கிறார்.

அந்தப் பிறவியில் ஒரு வாழ்க்கை அவருக்கு முற்றும் கனவாகி யிருக்கிறது. எந்த மண்ணிலிருந்தோ தொடங்கிய ஓட்டம் எந்த மண்ணிலோ கொண்டுவந்து நிறுத்த, அத்தனை அலைந்துழல் வின் பின்பும் தவிர்க்கமுடியாத ஒரு சிதைவைச் சந்தித்திருக்கிறார்.

அவர் எல்லாவற்றிலும் தோற்றிருக்கிறார். தோல்வியின் அழுத்தமான இலச்சினை அவரில் குத்தப்பட்டாயிற்று. அது மகாதுயர மானது.

எவரது அன்பும், எவரது ஆதரவும், எவரது அரவணைப்பும் அவருக்கு இல்லாமல் போயிருக்கிறது. அது அறுதியான ஒரு தனிமைக்குள் அவரைத் தூக்கி வீசியிருக்கிறது. மீள்தலின் சிறிய உத்தரவாதம்கூட அங்கே காணப்படவில்லை. அவருக்கு ஒரு புகல் அப்போது எங்கேயும் இருந்திருக்கவில்லை.

சிறிதுநேரத்தில் ஒரு அனுக்கிரகம் ஒளிவெள்ளம்போல் அவரில் வந்து இறங்குகின்றது. அவர் பயணத்தின் திசையும், திசையின் மய்யமும் ஒரு புள்ளியாய் அவருக்குத் தரிசனமாகின்றன.

அவரது உயிரில் பிரவாகமெழுகிறது.

8

ஞான வாசலின் அர்த்த பரிமாணம் பெற்ற ஒரு சித்தார்த்த இரவாக அவருக்கு அது இருந்தது. ஒன்றிலிருந்து ஒன்றிற்கான மாற்ற விசை மனமெங்கும் கனன்றுகொண்டிருந்தது. கணங்கள் ஆகவாக தன் வாழ்நாள் பரியந்தத் தேடலை நிறுத்துவதற்கான திடத்தை அது அவருக்கு அளித்தது. சிவம் எனப்பட்ட சிவப்பிரகாசம் அன்றைக்கு... அப்பொழுதில்... எடுத்த அந்த முடிவில், அது சடுதியாகவே தோன்றியிருப்பினும், திருப்தியடைந்தார் போலவே காணப்பட்டார். பெரிதாக அந்த எண்ணத்தில் அவர் ஆழ்ந்து போனவராயுமில்லை. இயல்பான ஒரு செயலின் நிறைவேற்றத்துக்கான காத்திருப்பு மட்டுமானதாக அது இருந்தது.

மெய்யாலுமே அவர் நீண்டகாலம் கொண்டிராத ஒரு பிரகாசம் அப்போது அவர் முகத்தில் பொலிந்திருந்தது. மிகச் சின்னவொரு வருத்தம் அவரில் இருந்திருத்தல் கூடுமோ? அது கண்களினோரம் மெல்லியதாய் விரவிக்கிடப்பது தெரிந்தது. அந்த விடியலின் புள்ளியை

அவர் அத்தனை காலத்தில் கண்டுகொள்ளவே இல்லையே. அது ஒரு வருத்தம் அவரில் இருக்கக் கூடுமாயினும், இனி அது அர்த்த மற்றது.

அவரது மனத்துக்குள் எண்களே பெரும்பாலான காலமும் நிறைந்துபோய்க் கிடந்திருந்தன. கடந்த சில வருஷங்களாகத்தான் அவர் ஒரு தீவிர வாசகனாக இருந்துகொண்டிருக்கிறார். அவருடைய மனத்துக்குள் அப்போது எழுத்துக்கள் துள்ளிக் கொண்டிருந்தன. எண்ணங்கள் கொதித்து அடுக்கிக்கொண்டு போயின. ஆனால் வெளியே வந்து வடிவமாய்ப் பதிவுபெற இயலாதவையாக அவை இருந்தன. அது வேறொரு இயக்கம். அதனால் தன் எண்ணத்தைப் பதிவுசெய்யும் எந்த ஊடகமும் கைவரப் பெறாதவராகவே அவர் அப்போது இருந்திருந்தார்.

ம்ச்...! மெல்லச் சலித்தவர் முதல்நாள் புரட்டிப் பார்த்துவிட்டு மேசையிலே போட்டிருந்த நூலிலே தன் பார்வையைப் பதித்தார். ஏதாவதொரு நூலை எடுத்துப் புரட்டவேண்டுமென்று தோன்ற அறுநூறளவான அந்த புத்தக அலுமாரியிலிருந்து அதையே அவரது கை உருவியெடுத்திருந்தது. அது அவருக்கு நிறைய பழக்கமான நூல்தான். போல் செலான் அந்த நூல் அட்டையில் சிரித்துக் கொண்டிருப்பான். அவனது எழுத்தை பல தடவைகள் அவர் வாசித்திருக்கிறார். அத்தனை கொடுமைகளையும் சோகங்களையும் தாங்கி வெளிவந்து, இறுதியாக அவற்றைப் பதிவாக்கிவிட்ட நிம்மதியின் புன்சிரிப்பு அது. அதுவே நூலின் பக்கமெங்கும் பரவி இருந்திருக்கும் என்று அவர் நம்பினார்.

காமத்தின் திசையினை மாற்றிமாற்றியமைத்து அவர் தன் வாழ்வினைப் பூரணப்படுத்த முனைந்தார். அப்போது அவர் வாழ்ந்து கொண்டிருக்கும் கனடா தேசத்து மண் அந்தவகை வாழ்க்கை குறித்து எதுவுமே எண்ணிவிடப் போவதில்லை. அது அதன் பண் பாட்டிலிருந்து கிளர்ந்ததாயிருந்தது. ஆனால் அவர் அதிலும் தோற்றார். போல் செலானுக்கும் தோல்விகள் இருந்தன. அவை பண்பாட்டின் அடியாக அல்ல.

ஆஷ்விச் பயங்கரங்களின் களம் கடந்து வந்தவன் அவன். பிரான்சிய குடிமகனாக பின்னால் வாழ்ந்துகொண்டிருந்தாலும், ஒரு ஜெர்மன் யூதனாய் தன் படைப்புக்கு ஜெர்மானிய மொழியையே வலுவான ஊடகமாகக் கொண்டான். ஜெர்மானிய மொழி தவிர்ந்த எந்த மொழியிலும் ஆஷ்விச் கொடுமைகளை விளங்கப்படுத்திவிட முடியாதென அடித்துச் சொன்னவன் அவன். அவன்மேல் 'போலஎழுதுதல்' என்ற குற்றச்சாட்டு அவ்வப்போது சுமத்தப்பட்டிருந்தது. இருந்தாலும் சகல விமர்சனங்களையும் ஒதுக்கிவிட்டு சலனமடையாது தன் மனத்தைப் பதிவாக்கினான். அவனது கவிதைகள் இரண்டாம்

உலகப் போரின் பின்னான ஜெர்மன் மொழிக் கவிதை வரலாற்றில் மகோன்னதமான காலத்தை அமைத்தன.

அவரால் அந்தளவு ஆணித்தரமாய் எதையாவது சொல்லிவிட முடியுமா?

அவர் படைப்பாளியில்லை. ஒரு சாதாரணிதான். தன் சொந்த நாட்டிலே கணக்காளராய் அரச தொழில் பார்த்துவிட்டு அந்த மண்ணிலே வந்து தொழிற்சாலைக் கூலியாய் வேலைபார்க்கத் தொடங்கியவர். அந்த வாழ்விலுமே அவர் ஆழத்தில் சென்று அனுபவங்கள் பல கண்டவர். அவரது தேசத்தில் அவரது சனம் மீளமுடியாத் துயருழன்ற வரலாறு அவருக்கும் பின்னாலுண்டு. ஒன்றிலிருந்து ஒன்றெனக் கிளர்ந்து விசாலித்ததே அப்போதைய அவரது வாழ்வின் சிதைவு. ஆயின் எப்படிச் சொல்வார் அதை?

ம்...! அவர் இனி ஏது சொல்லித்தானென்ன? அது அவருக்கான தல்ல.

நூலிலிருந்து பிரான்சின் சேய்ன் நதி பொங்கி எழுந்து காலகாலச் சுகமாய்ப் படிகிறது அவரில். அவர் மேலும் புளகிதம் கொண்டவராய் நூலை எடுத்து அதன் முன்னிதழ்களைப் புரட்டினார். உள்பக்க அட்டையில் எழுத்துக்கள் பளீரெனத் தெரிந்தன.

'தன்னை சேய்ன் ஆற்றில் மூழ்கடித்து தன் சஞ்சலங்கள் தோல்விகள் ஏமாற்றங்கள் நம்பிக்கையீனங்கள்... அனைத்திலிருந்தும் போல் செலான் தன்னை விடுதலையாக்கிக் கொண்டான். தோற்றம்: 11.23.1920 மறைவு: 04.20.1970'

செந்நதியுள் மூழ்குவதுபோல் உடம்பெங்கும் ஒரு சிலிர்ப்பு. அவர் நூலை மூடி மெல்லமாய் மேசையில் வைத்தார்.

சுவர் மணிக்கூட்டை நோக்கி அவரின் பார்வை நிமிர்ந்தது. நேரம் அப்போது அதிகாலை இரண்டு மணியை நெருங்கிக் கொண்டிருப்பது தெரிந்தது.

அது தனது நேரமென நினைத்த சிவப்பிரகாசம் எழுந்து லைற்றை அணைத்தார்.

∎